சிங்கமய்யங்கார் பேரன்
___

நாடகங்கள்

கிழக்கு பதிப்பக வெளியீடுகளாக சுஜாதாவின் புத்தகங்கள்

மீண்டும் ஜீனோ
நிறமற்ற வானவில்
நில்லுங்கள் ராஜாவே
தீண்டும் இன்பம்
ஆஸ்டின் இல்லம்
அனிதாவின் காதல்கள்
நைலான் கயிறு
24 ரூபாய் தீவு
அனிதா இளம் மனைவி
கொலை அரங்கம்
கமிஷனருக்கு கடிதம்
அப்ஸரா
பாரதி இருந்த வீடு
மெரீனா
ஆர்யபட்டா
என் இனிய இயந்திரா
காயத்ரி
ப்ரியா
தங்க முடிச்சு
எதையும் ஒருமுறை
ஊஞ்சல்
ஓரிரவில் ஒரு ரயிலில்
மீண்டும் ஒரு குற்றம்
விக்ரம்
நில், கவனி, தாக்கு!
வாய்மையே சில சமயம் வெல்லும்
ஆ..!
வசந்த காலக் குற்றங்கள்
சிவந்த கைகள்
ஒரே ஒரு துரோகம்
இன்னும் ஒரு பெண்
6961
ஜோதி
மாயா
ரோஜா
ஓடாதே
மேற்கே ஒரு குற்றம்
விபரீதக் கோட்பாடு
ஐந்தாவது அத்தியாயம்
மலை மாளிகை
விடிவதற்குள் வா
மூன்று நாள் சொர்க்கம்
பத்து செகண்ட் முத்தம்
கம்ப்யூட்டர் கிராமம்
இளமையில் கொல்
மேகத்தை துரத்தியவன்
ஒரு நடுப்பகல் மரணம்
நகரம்
இதன் பெயரும் கொலை
மண்மகன்
தப்பித்தால் தப்பில்லை
விழுந்த நட்சத்திரம்
முதல் நாடகம்
ஆட்டக்காரன்
ஜன்னல் மலர்
என்றாவது ஒரு நாள்
வைரங்கள்
மேலும் ஒரு குற்றம்
சொர்க்கத் தீவு
கனவுத் தொழிற்சாலை
ஆயிரத்தில் இருவர்
பதினாலு நாட்கள்
உள்ளம் துறந்தவன்
பிரிவோம் சந்திப்போம்
கரையெல்லாம் செண்பகப்பூ
இரண்டாவது காதல் கதை
நிர்வாண நகரம்
குருபிரசாதின் கடைசி தினம்
இருள் வரும் நேரம்
திசை கண்டேன் வான் கண்டேன்
ஆழ்வார்கள் - ஓர் எளிய அறிமுகம்
தேடாதே
விருப்பமில்லாத் திருப்பங்கள்
விரும்பிச் சொன்ன பொய்கள்
கை
ஆதலினால் காதல் செய்வீர்
நூற்றாண்டின் இறுதியில் சில சிந்தனைகள்
அப்பா, அன்புள்ள அப்பா
மிஸ். தமிழ்த்தாயே, நமஸ்காரம்!
சிறு சிறுகதைகள்
வாரம் ஒரு பாசுரம்
வானத்தில் ஒரு மௌனத்தாரகை
கடவுள் வந்திருந்தார்
அனுமதி
ஓலைப் பட்டாசு
சேகர், சிங்கமய்யங்கார் பேரன்
கம்ப்யூட்டரே ஒரு கதை சொல்லு
டாக்டர் நரேந்திரனின் வினோத வழக்கு
நிஜத்தைத் தேடி
பாதி ராஜ்யம்
சில வித்தியாசங்கள்

சிங்கமய்யங்கார் பேரன்

நாடகங்கள்

சுஜாதா

கிழக்கு

சிங்கமய்யங்கார் பேரன்
Singamayangaar Peran
by Sujatha
Sujatha Rangarajan ©

First Edition: December 2013
104 Pages
Printed in India.

ISBN 978-81-8493-678-0
Kizhakku - *648*

Kizhakku Pathippagam
177/103, First Floor,
Ambal's Building, Lloyds Road,
Royapettah, Chennai 600 014.
Ph: +91-44-4200-9601
Email : support@nhm.in
Website : www.nhm.in

Cover Image: Shutterstock

Kizhakku Pathippagam is an imprint of New Horizon Media Private Limited

This book is sold subject to the condition that it shall not, by way of trade or otherwise, be lent, resold, hired out, or otherwise circulated without the publisher's prior written consent in any form of binding or cover other than that in which it is published and without a similar condition including this the rights under copyright reserved above, no part of this publication may be reproduced, stored in or introduced into a retrieval system, or transmitted in any form or by any means (electronic, mechanical, photocopying, recording or otherwise), without the prior written permission of both the copyright owner and the above-mentioned publisher of this book.

உள்ளே

சிங்கமய்யங்கார் பேரன் / 11

சேகர் / 75

சுஜாதா என்னும் யுகபுருஷர்

தமிழ் இலக்கிய உலகில் இப்போது நடப்பது சுஜாதா யுகம். அவருடைய எழுத்தின் வன்மையைப் பற்றி நினைக்காத, பேசாத நாளில்லை என்ற நிலைமைதான் இன்று. இந்த யுக புருஷருக்குத் தான் எத்தனை முகங்கள்! சிறுகதையாசிரியர், நாவலாசிரியர், கட்டுரையாசிரியர், நாடகாசிரியர் - இத்தனை ஆசிரியர்கள் போதாததென்று இப்போது 'குமுதம்' பத்திரிகையின் பொறுப் பாசிரியரும்கூட. எல்லாவற்றுக்கும் மேலாக அவர் ஓர் அற்புதப் பேச்சாளர் என்பதையும் சேர்த்துக் கொள்ள வேண்டும். ஒவ்வொரு துறையிலும் அவர் பதிக்கும் அழுத்தம் தனித்தன்மை வாய்ந்தது. 'சுஜாதா முத்திரை' என்பது தமிழ் எழுத்துலகத்துக்கே கிடைத்துள்ள மாபெறும் பேறு.

சுஜாதாவின் எழுத்துக்களை ஆழ்ந்து படிக்கும் எல்லோருக்கும் புரியும் ஓர் உண்மை இது: ஆழ்ந்த புலமை, தெளிந்த நுட்ப அறிவு, எதையும் சுருங்கச் சொல்லி விளக்க வைக்கும்ஆற்றல், தனக்கென ஓர் அபூர்வ 'பாணி' - இப்படி எல்லாம் நிறைந்த இந்த இலக்கியப் படைப்பாளிக்கு மிக மிக நுட்பமான விஞ்ஞான அறிவும் சேர்ந் திருக்கிறது என்றால், சுஜாதாவுக்கு நிகர் அவரேதான். இலக்கியத் திலோ, விஞ்ஞானத்திலோ இந்த அதிசய மனிதருக்குத் தெரியாத அம்சமே கிடையாது என்னும் அளவுக்கு அவருடைய ஞானம் விரிந்திருப்பது கண்டு பிரமித்து நிற்கிறோம். எத்தனை சிறுகதை கள், எத்தனை நாவல்கள், எத்தனை நாடகங்கள், எத்தனை இலக்கிய - விஞ்ஞான - சமூக ஆராய்ச்சிக் கட்டுரைகள்! முப்பது ஆண்டுகளுக்கும் மேலாக நம்மைப் பரவசப்படுத்திக் கொண்டிருப் பது 'சுஜாதா அலை' என்று சொல்வதுதான் பொருத்தம்.

இத்தகைய அசாதாரண 'ஜீனியஸ்' எனக்கும் நண்பர் என்று சொல்லிக் கொள்வதில் நான் பெருமையுடைகிறேன். நாடக மேடைதான் எனக்கு அவருடைய நட்பைச் சம்பாதித்துக் கொடுத்தது. என் அருமை நண்பர் 'மெரீனா'வின் நாடகம் ஒன்றை

நாங்கள் நடித்துக் கொண்டிருந்தபோது அரங்கில் சுஜாதா உட்கார்ந்திருப்பதாக எனக்குத் தகவல் வந்தது. 'எப்படியாவது அவரைச் சந்திக்க வேண்டுமே!' என்று நான், நாடகம் முடிந்த பின் மேக்-அப் அறையில் சொல்லிக் கொண்டிருந்தபோது என் எதிரே ஆஜானுபாஹுவாக சுஜாதாவே நின்றார். சிலிர்த்துப் போனேன். அன்று துவங்கியது எங்கள் நட்பு. எங்கள் நியு தியேட்டர் குழுவுக்கெனப் பிரத்யேகமாகப் பல நாடகங்கள் எழுதிக் கொடுத்து குழுவின் வலுவை உயர்த்தி வந்திருப்பவர் சுஜாதா. அவரது நாடகங்களை மேடையேற்றும்போது எங்களுக்கு ஏற்படும் ஆத்ம திருப்திக்கும் பெருமைக்கும் அளவே கிடையாது. அவரது ஒவ்வொரு நாடகத்திலும் மிக அழுத்தமான சமூக நோக்கம் இருக்கும்; நவரசங்களும் இருக்கும்; ஆனால் உபதேசம் இருக்காது. அவர் ஒரு திடீர் முயற்சியாக எங்களுக்கு எழுதிக் கொடுத்த நாடகம்தான் 'சிங்கமய்யங்கார் பேரன்.'

இசை மேதை திரு. டி.வி.கோபாலகிருஷ்ணன், ராஜீவ்காந்தியின் நினைவைப் போற்றும் வகையில் தேசிய ஒருமைப்பாட்டு விழா ஒன்று நடத்தியபோது, எங்கள் நாடகம் ஒன்றும் அதில் இடம்பெற வேண்டும் என்று விருப்பம் தெரிவித்தார். வழக்கம்போல் சுஜாதா விடம் ஓடினோம். உழைப்புக்குச் சளைக்காத சுஜாதா சில நாட்களுக்குள்ளேயே 'சிங்கமய்யங்கார் பேரன்' என்ற நாடகத்தை அற்புதமாக உருவாக்கிக் கொடுத்தார். சீக்கிய சர்தார் (சிங்) குடும்பம் ஒன்றும், அய்யங்கார் குடும்பம் ஒன்றும் சம்பந்தப்பட்ட கதை என்பதால் நாடகத்துக்கு இப்படி ஒரு தலைப்பைக் கொடுத் தார், அவர். ஒத்திகை வந்து நாடகத்தின் உட்கருத்தையும், மொழிச் சிறப்பையும் பார்த்து மகிழ்ந்து போனார். கூடவே உற்சாகத்துடன், 'நானே இந்த நாடகத்துக்கு இசையமைத்துத் தருகிறேன்' என்று கூறி, மற்ற எத்தனையோ பொறுப்புகளுக்கிடையில் செய்து காட்டினார். ஒருமைப்பாட்டு விழாவில் அவரது இசையுடன் 'சிங்கமய்யங்கார் பேரன்' அமர்க்களமாக மேடையேறியது.

நாடகத்தின் கருத்து ஜனங்களை எப்படி அடைந்து மனக் கிளர்ச்சியை உண்டாக்கியது என்பது முக்கியம். நாங்கள் அதை மேடையேற்றிய இடங்களிலெல்லாம், நாடகம் முடிந்தபின் எங்களை வாழ்த்த வந்தவர்களில் பலர் தத்தம் குடும்பங்களில் நிகழ்ந்த இத்தகைய சம்பவங்களைச் சொல்லிச் சொல்லி வியப்பு தெரிவித்தார்கள். சென்னை ஜிம்கானா க்ளப்பில் நாடகம் போட்டோம். நாடகம் முடிந்து மேக்-அப் அழித்துக்

கொண்டிருந்தபோது ஒரு குடும்பம் உள்ளே வந்து வாழ்த்தியது. காதல் திருமணம் காரணமாக அந்தக் குடும்பத்திலும் அய்யங்கார் - சர்தார் மோதல் ஏற்பட்டு முற்றி, கடைசியில் சமரசம் உருவான விதம் பற்றி வந்தவர்கள் எங்களுக்குச் சொன்னார்கள். அன்றைக்கே, வேறு இரண்டு குடும்பங்களும் எங்களிடம் இதே போன்ற அனுபவங்களைச் சொன்னபோது நாங்கள் அடைந்த மகிழ்ச்சிக்கு அளவேயில்லை. சுஜாதா இந்த நாடகத்தில் சொல்லி இருக்கும் மோதலும் சமரசமும் பல குடும்பங்களில் அப்படியே நிகழ்ந்துள்ளதாகக் கேள்விப்படும்போது, மனித ஜாதி ஒரே ஜாதிதான் என்ற கருத்து வலுப்படும் என்று தோன்றுகிறது. நாடகத்தில் சண்டை முற்றி, கடைசியில் சமரசம் ஏற்படுவதை ஓர் அழகான 'ட்விஸ்ட்'டுடன் சுஜாதா சொல்லியிருப்பது எவருக்கும் ஆனந்தமளிக்கும் அம்சம்.

இவ்வளவு சொன்ன பிறகு எங்களுக்குச் சிரிப்பு மூட்டிய நிகழ்ச்சி ஒன்றையும் சொல்ல வேண்டாமா?

ஒரு தடவை சென்னை நாரதகான சபா ஹாலில் 'சிங்கமய்யங்கார் பேரன்' அமோக வெற்றியுடன் நடந்தது. எனக்கே கொஞ்சம் திருப்தி ஏற்பட்டது. பலர் உள்ளே வந்து பாராட்டினார்கள். கடைசியில் ஒருவர் ஏகப்பட்ட உற்சாகத்துடன் வந்து என் முதுகில் ஒரு 'ஷொட்டு' கொடுத்துவிட்டு, 'நாடகம் பிரமாதம் ஸார்! இதை என் வாழ்க்கையில் மறக்கவே முடியாது. ஏன்னா, நானும் வடகலைதான்' என்று சொன்னபோது என் முகம் சிறுத்துப் போனதை நானே உணர்ந்தேன். 'தேசிய ஒருமைப் பாட்டு ஆரவாரத்தை இப்படி வடகலை முனகலாக முடித்து விட்டாரே இந்த ஆள்' என்று கடும் கோபம் வந்தது. நல்ல வேளை, அப்படிச் சொன்னவர், நாடகம் பார்க்க வந்திருந்த ஆயிரத்தில் ஒருவர்தான்.

தூர்தர்ஷன் டைரக்டர் திரு. நடராஜன் ஒருநாள் தொலைபேசியில் ஒரு தகவல் சொன்னார். 'அரங்கிலிருந்து' என்ற தலைப்பில் புதிய நிகழ்ச்சி துவங்கவிருப்பதை அவர் தெரிவித்து, 'இதில் உங்கள் 'சிங்கமய்யங்கார் பேரன்' முதல் நாடகமாக ஒளிபரப்பாகும்' என்று கூறியபோது எனக்குப் பெருமைபிடிபடவில்லை. மேடை யிலிருந்தே நேரடியாகப் பதிவு செய்து நாடகத்தை இரண்டு பகுதி களாக இரண்டு வெள்ளிக்கிழமைகளில் ஒளிபரப்பினார்கள். நல்ல வரவேற்பு இருந்தது. நாடகத்துக்கு. இதனால் வீடியோ வடிவம் கிடைத்தது. ஒன்று நிச்சயம்! இனி போகப்போக

கணக்கற்ற ராகவன்களும் சுஷ்மாக்களும் தோன்றி நம் நாட்டின் திசையை மாற்றிவிடுவார்கள்.

இந்த நூலில் 'சேகர்' என்னும் இரண்டாவது நாடகம் சுஜாதாவின் விஞ்ஞான நுட்ப ஆற்றலுக்கு ஒரு சிறிய 'ஸாம்பிள்' மாதிரி அமைந்திருக்கிறது. விஞ்ஞான ரீதியாக மனித உயிரை மனிதனே படைக்கும் கட்டம் நெருங்கிக் கொண்டிருக்கிறது. ஏற்கெனவே ரோபாட் வந்துவிட்டது. ஆனால் பேச்சு, நடை, செயல்பாடு என்று மனிதனின் எல்லா அம்சங்களையும் அப்படியே வெளிப் படுத்தும் ஒரு ஜீவனை மனிதனே சிருஷ்டி செய்யும்போது ஏற்படக்கூடிய பிரச்னைகளின் ஒரு சிறிய விளிம்பை மட்டும் இந்த நாடகத்தின் மூலம் காட்டி நமது ஊகத்திறனுக்கு நிறைய வேலை கொடுத்திருக்கிறார் சுஜாதா. அடுத்த நூற்றாண்டிலேயே இது நிகழ்வது நிச்சயம் என்று தோன்றுகிறது. அப்போது நாம் சந்திக்கும் மனிதர்களில் எத்தனை பேர் நிஜம் மனிதர்கள், எத்தனை விஞ்ஞான யந்திர மனிதர்கள் என்று கண்டுபிடிப்பதில் குழம்பப் போகிறோம். எனக்குக் கவலையில்லை; அடுத்த நூற்றாண்டுக்காரர்களுக்குத்தான் கவலையெல்லாம்! ஆனால் ஒன்று; விஞ்ஞான முன்னேற்றத்தில் இந்தச் சாதனையின் விளை வாக மென்மையான மனித உணர்ச்சிகள் மறைந்து விடுமே! அதை நினைத்தால் மனம் துடிக்கிறது. ஆயினும் நாடகத்தை சுஜாதா முடித்திருக்கும் விதம் சற்றே ஆறுதலைத் தருகிறது. 'விஞ்ஞான உத்தி மூலம் தோன்றும் மனிதனைப் பொய் பேச வைப்பது ரொம்ப கஷ்டம்' என்று அவர் இறுதியில் சொல்லும் போது ஒரு புதிய சமுதாயத்தை - உண்மையே பேசும் ஒரு சமு தாயத்தை - எதிர்பார்க்கத் தோன்றுகிறது. இந்த அரிய லாபம் கிடைக்க எதை வேண்டுமானாலும் இழக்கலாம் போல இருக்கிறது.

சுஜாதாவின் செயல்வேகம் மேன்மேலும் மென்மேலும் தீவிரமாகி அவரது இலக்கியப் பணி தொடரட்டும்; நிச்சயம் தொடரும்.

— பூர்ணம் விசுவநாதன்

சிங்கமய்யங்கார் பேரன்

(சுஜாதாவின் புதிய நாடகம் - தேசீய ஒருமைப்பாட்டுக்காக)

காட்சி 1

நரசிம்மாச்சாரின் வீடு. நடுத்தர அல்லது மேல் நடுத்தர வர்க்கத்து ஐயங்கார் குடும்பத்தின் முன்னறை அது. பிரதானமாக ஒரு வடகலை நாமமும், சங்கு சக்கரமும் ப்ரேம் போட்டு மாட்டியிருக்க ஓரத்தில் திருப்பதி பெருமாள் ஜீயர் போன்ற வைஷ்ணவத்தனமான சாதனங்கள் சமாசாரங்கள் அறையில் இருக்க வேண்டும். திரை விலகும்போது எம்.எஸ். சுப்புலட்சுமியின் ஆழ்வார் பாசுரங்கள் லேசாகக் கேட்க ராகவன் உள்ளே நுழைகிறான். துடிப்பான ஆனால் கொஞ்சம் நெர்வஸான இளைஞன். அவன் புதினா ஸூட் அணிந்து கோட்டை கழட்டி கையில் மாட்டிஇருக்கிறான். டை கொஞ்சம் சங்கடப்படுத்துகிறது. திரையின் வலது வாசலை நோக்கி 'வா வா சுஷ்மா' என்கிறான். 'பயப்படாத வா!'

உள்ளே நுழைகிறவள் கொஞ்சம் சரிகை வைத்து சிவப்பில் ஸல்வார் கமீஸ் அணிந்த பஞ்சாபிப் பெண். அவளும் சற்று பதற்றமாகத்தான் இருக்கிறாள். அவர்களுக்கு ஒரு மணி நேரம் முன்னால்தான் கல்யாணம் ஆகியிருக்கிறது. பெற்றோருக்குத் தெரியாமல் ரிஜிஸ்தர் ஆபிஸில் கல்யாணம் பண்ணிக் கொண்டு அப்பாவிடம் அந்தச் செய்தியைச் சொல்ல தைரியம் பெற்று கடைசி நிமிஷத்தில் கால்கள் நடுங்க தைரியம் வடிந்த இளைஞன் ராகவன். சுஷ்மா சென்னையில் படித்தவள். அதனால் தமிழ் தெரிந்த பஞ்சாபிப் பெண். அவளுடைய அப்பா பெயர் கோவிந்தசிங். ஸ்பேர் பார்ட்ஸ் டீலர்.

ராகவன்: வா பயப்படாதே எப்பவாவது ரெண்டு அப் பாட்டயும் சொல்லிடணும் இல்லை.

சுஷ்மா: ராகு டியர் முஸீபத் போல இருக்குது. எனக்கு தமிள் சரியா தெரியாது. பஞ்சாபிப் பொண்ணு நான் ஒங்கப்பாகிட்ட எப்படி பேசுவேன். ரொம்ப 'தங்க்' எனக்கு தில் 'தடக் தடக்'குன்னு அடிக்குது.

ராகவன்: பயப்படாதே சமாளிக்கலாம். எங்கப்பாவுக்கு உன்னை புடிச்சுப் போய்டுத்துன்னா அப்படியே கட்டி முத்தம்கூட கொடுத்துடுவார். அத்தனை பிரியமா.

சுஷ்மா: புடிச்சு போனாதானே. அதானே முஷ்கில் இப்ப.

ராகவன்: பாரு 'முஷ்கில் கிஷ்கில்'னு இந்தியெல்லாம் பேசாதே. எங்கப்பாவுக்கு இந்தின்னா கடுப்பு.

சுஷ்மா: கடுப்புன்னா குளக்கட்டை இல்லை.

ராகவன்: இல்லை. அய்யோ... *(தலையில் அடித்துக் கொள்கிறான்.)*

சுஷ்மா: உங்கப்பாவுக்கு இந்தி பிடிக்காது. பஞ்சாபி பிடிக்காது. நார்த் இண்டியா இத்தனை பிடிக்காது. எங்கப்பாவுக்கு ஐயங்கார்னா பிடிக்காது. ஒரு ஐயங்கார், தாலுக் ஆபிஸ்ல அவரை 'தோக்கா' பண்ணிட்டாரு. அதுலருந்து அய்யங்கார் பத்தி மட்டும் என்கிட்ட பேசாதே சொல்வாரு. எனக்கு உடம்பெல்லாம் நடுங்குது ராகு.

ராகவன்: எனக்கும் கொஞ்சம் நெர்வஸாதான் இருக்கு. சுஷ்மா நமக்குக் கல்யாணம் ஆனதை இப்ப சொல்ல வேண்டாம். எங்கப்பாகிட்ட. அதும் ரிஜிஸ்தர் ஆபிஸ்ல இன்னைக்குத்தான் கல்யாணம் ஆயிருக்குன்னா நரசிம்மவதாரம் எடுத்து ரெண்டு பேர் குடலையும் உருவி மாலை போட்டுடுவார்.

சுஷ்மா: பேர் என்ன?

ராகவன்: பேரே நரசிம்மாச்சாரி. சந்தர்ப்பம் வர்றப்ப நான் சொல்லிக்கிறேன். அவர் வந்தா அதிகம் பேசாம

இரு. உன் தமிழ்லருந்தே நீ மிலேச்ச ஜாதின்னு கண்டுபிடிச்சுருவார். நாணிக்கோணு சும்மா கொஞ்ச நேரம்.

சுஷ்மா: இங்கிலீஷ்ல பேசிடவா.

ராகவன்: இங்கிலீஷ் பேசினாலும் பிடிக்காது.

சுஷ்மா: இங்கிலிஷ் பிடிக்காது. பஞ்சாபிங்களை பிடிக் காது. என்னதான் பிடிக்கும் அவருக்கு.

ராகவன்: புளியோதரை! சொன்னனே, அக்காரவடிசல் ததியோன்னம். உங்கப்பாவுக்கு?

சுஷ்மா: கோளி சிக்கன் தீக்கா.

ராகவன்: நாராயணா?

சுஷ்மா: மத்லப்

ராகவன்: அய்யோ இந்தி வேண்டாம்னு சொன்னனில்லை எனக்குக் கவலையா இருக்குது.

நரசிம்மாச்சாரி: *(உள்ளே நுழைகிறார். அறுபது வயது. நெற்றியில் பட்டையாக திருமண். கம்பீரமான ஆசாமி.)* 'குலந் தரும் செல்வம் தரும் பெற்ற தாயினும் ஆயின செய்யும்.' என்ன ராகவா எங்க போயிருந்தே? மத்யானம் பூரா காணமே? எதுக்கு ஸூட்டு போட்டுண்டு இருக்கே. எங்கயாவது 'பாண்டு' (Band) வாசிக்க போறயா? *(சுஷ்மாவைக் கவனிக்க வில்லை.)* எங்க திருதண்டி சன்யாசி மாதிரி அலஞ் சுட்டு வரே. இன்னிக்கு பார்த்தசாரதி கோயில்ல ஒரு அக்காரவடிசல் கொடுத்தா பாரு, அடாடா 'கூடாத வலஞ்சேர் கோவிந்தா'ன்னு திருப்பா வைல சொல்லியிருக்கற மாதிரி நம்ம வைஷ்ணவ சம்பிரதாயம்தான் உலகத்திலேயே சிறந்தது!

ராகவன்: அப்பா நானும் இவளும், நான் இவளை...

நரசிம்மாச்சாரி: *(முதலில் அவளைப் பார்த்து)* இது யாரு? ரத்த கலர்ல சொக்கா எல்லாம் போட்டுண்டு ஆம்பிள பாப்பாத்தி?

ராகவன்: அப்பா இதுவந்து வந்து இவ பேரு வந்து *(சட்டென்று தோன்றியவனாய்)* அலமேலு.

நரசிம்மாச்சாரி: அலமேலுவா? *(கொஞ்சம் நெகிழ்ந்து)* இப்படியெல்லாம் பேர் வச்சுக்கறாளா என்ன, இந்த நாட்கள்ள? அலமேலு! என்ன அருமையான பேர்! அலர் மேல் மங்கை. தாமரைப்பூ மேல லட்சுமி! அப்பா பேரு?

சுஷ்மா: கோவிந்த சிங்

நரசிம்மாச்சாரி: கோவிந்த...?

ராகவன்: *(சமாளித்து)* கோவிந்தைய்யங்கார்.

நரசிம்மாச்சாரி: ஆகா! அய்யங்கார் பொண்ணாம்மா நீ? எதுக்காக இந்த மாதிரி பஞ்சாபி ட்ரஸ்ஸெல்லாம் போட்டுண்டிருக்கே? பாந்தமாவே இல்லையே!

ராகவன்: அதுவந்து அப்பா அதுதான் இப்ப ஃபாஷன்னு...

சுஷ்மா: எம்பேரு சுஷ்மா

ராகவன்: அலமேலுன்னு பேரு கர்நாடகமா இருக்கேன்னு காலேஜ்ல சுஷ்மான்னு மாத்திண்டுட்டா.

நரசிம்மாச்சாரி: சேசே. எதுக்காக மாத்திக்கணும்? தாயார் பேர் அலுமேலு! அலுமேலு என் செல்வமே, உள்ள போய் ஒரு புடைவையை சுத்திண்டு வந்துரு நாச்சியார் மாதிரியே இருப்பே நீ! ஆமாம், கோவிந்தையங்கார்னா எந்த கோவிந்தையங்கார்? செம்போடை ஃபேமிலியா?

ராகவன்: அதெல்லாம் அவளுக்குத் தெரியாதுப்பா.

நரசிம்மாச்சாரி: என்ன நீ? நான் இவளைக் கேட்டா நீயே எப்ப பாத்தாலும் பதில் சொல்லிண்டு! அலுமேலு இப்படி வாம்மா என் ஸன் ஐயங்கார் பொண்ணோட சினேகம் வெச்சுக்கறான்னா, அது உத்தமமான காரியம்... நீங்க வடகலையா, தென்கலையா?

சுஷ்மா: வடநாடு...

நரசிம்மாச்சாரி: ஓ! டில்லியா!டில்லியா யாரு? அண்டர் செக்ரட்ரி கோவிந்தையங்கார் இருந்தாரே! அவரோட பேரனா? இப்ப புரிஞ்சு போச்சு!

(சுஷ்மா ராகவனைப் பார்க்க)

ராகவன்: அப்பா இவாள்ளாம்...

நரசிம்மாச்சாரி: இரு. இவ பேசட்டும். சொல்லம்மா அலுமேலு! அலர்மேல் மங்கை! சித்தஞ் சிறுகாலே வந்துன்னை சேவித்தே என் பொத்தாமரை...

சுஷ்மா: குச் பீ ஸமஜ் நஹீ(ம்) பாதா ஹை!

நரசிம்மாச்சாரி: எதுக்காக இந்தி பேசறே? மிலேச்ச பாஷைன்னாது! இரு, இரு, இத்தனை அழகான பொண்ணு இந்த ஆம்பளை ட்ரஸ் போட்டுக்கறது நல்லதில்ல. இரு வரேன். *(உள்ளே நுழைகிறார்.)*

சுஷ்மா: ராகு, திஸ் இஸ் த லிமிட் யார்! திஸ் மான் இஸ் நட்ஸ் யார்! எனக்கு என்னவோ தைரியம் போயே போச்சு. எனக்கு மெய்யா எல்லாம் புடுங்கிக்குது.

ராகவன்: இந்த மாதிரி மார்வாடிக் கடை சேட்டு மாதிரி தமிழ் பேசாம இருந்தா நல்லது.

சுஷ்மா: தமிள் வரலைப்பா, என்னை வுட்ரு பார்ட்னர்.

ராகவன்: கொஞ்சம், கொஞ்சம் பொறுமையா இரு எங்கப்பாவை ஒரு ரெண்டு நாள்ள வழிக்கு கொண்டு வந்துரலாம்!

சுஷ்மா: நோ ஹோப்! உங்கப்பாக்கப்புறம், எங்கப்பா வேற இருக்காரு. அவர்கிட்ட வேற சொல்லணும். சின்ன விஷயத்துக்கே (gun) கன் தூக்கிடுவார். அய்யோ ராகு, ஒளிஞ்சுக்க நிறைய எடம் இருக்குது?

ராகவன்: தமிழ்ல கேள்வி கேக்கணும்னா 'இருக்குது'ன்னு கேட்கக் வடாது. இருக்குதா, சொல்லு? 'இருக்குதா.'

சுஷ்மா: என்னா தமிளோ பூச்சா கீதான்னு பேக்காரு மாலு!

ராகவன்: *(காதைப் பொத்திக் கொண்டு)* அய்யோ மத்ராஸ் பாஷை சரளமா பேசறியே யம்மா. எங்கப்பா கம்பராமாயண தமிழ், நீ அம்பட்டன் வாராவதி தமிழ்!

நரசிம்மாச்சாரி: *(உள்ளே வந்து)* அலுமேலு... அலுமேலு... *(சுஷ்மா பார்ப்பதில்லை)* என்ன இதுபேர் சொன்னா திரும்பிப் பாக்கமாட்டேங்கறா!

ராகவன்: அலுமேலு உன்னைத்தான் *(என்று அவளைச் சீண்ட)*

சுஷ்மா: ஆ ஜீ பிதாஜி.

நரசிம்மாசாரி: *(ஒரு புடைவையை எடுத்துக் காட்டி)* இந்தா இதை எடுத்துக்கோ. இந்தாத்தில டிராயர் சொக்கா வேண்டாம். ஐயங்கார் பொண்ணு ஐயங்கார் மாதிரி கட்டணும். ஆண்டாள் மாதிரி இருக்கே. தலைவாரிப் பின்னிக்கோ ராக்குடி கூட இருக்கு. இது, இவன் அம்மா புடைவை ரொம்ப நாளா பீரோவில வெச்சிருந்தேன். இன்னிக்கு உன்னைப் பார்த்ததும் அவ ஞாபகம் வந்தது. *(லேசாக அழு கிறார்)* அபெண்டிக்ஸ் ஆப்ரேஷனை பத்தியே பேசிண்டிருப்பா ராப்பகலா. பேசிப் பேசி குறுகி குன்னிப்போய்ச் சின்னதாய்ட்டா. போய்ட்டா. *(சட்டென்று உற்சாகமாகி)* எப்படா மாட்டு பொண்ணு வரப்போறான்னு காத்துணடிருக் கச்சே செம்போடை கோவிந்தையங்கார் பொண்ணு அலுமேலு நீ வந்திருக்கே! போம்மா போய் கட்டிக்கோ!

(சுஷ்மா ராகவனை ஆயாசத்துடன் பார்க்க அவன் கெஞ்சுகிறான்.)

(அவள் புடைவையை எடுத்துக்கொண்டு போகிறாள்.)

ராகவன்: *(அவள் போன பின்)* அப்பா உங்களுக்கு சுஷ்மாவை பிடிச்சிருக்கா!

நரசிம்மாச்சாரி: அலுமேலுவை எனக்கு பிடிச்சிருக்கு. எத்தனை நாள் இருக்கப் போறா.

ராகவன்: அப்பா. இவ வந்து நம்மாத்திலேயே இருக்கலா மாப்பா.

நரசிம்மாச்சாரி: பேஷா! ராகவா லைப்ல நீ பண்ண ஒரு உருப்படி யான காரியம் இந்த மாதிரி ஒரு ஐயங்கார் பெண்ணை அழைச்சுண்டு வந்து கண்குளிர அவளை அறிமுகம் பண்ணினது. சித்துப் பண்ணி வெச்சாப்ல என்ன ஒரு பிராமண களை முகத்தில!

ராகவன்: அப்பா. ஒரு பேச்சுக்கு, அவ ஐயங்கார் இல்லைன் னாலும் நல்ல பொண்ணுப்பா!

நரசிம்மாச்சாரி: பேச்சே இல்லையே! செம்போடை கோவிந்தன் பொண்ணுன்னா அது? அந்த ஃபேமிலியோட களை அப்படியே மூஞ்சில வழியறது. அதே மூக்கு, அதே தெத்துப்பல்லு!

ராகவன்: செம்போடை கோவிந்தனை, அய்யோ, எப்டி சமாளிக்கப் போறேன்?

நரசிம்மாச்சாரி: (பேப்பரை எடுத்து வைத்துக் கொண்டு) இன்னிக்குகூட ஹிந்துவில விளம்பரம் கொடுத்திருக்கேன் பாரு.

Wanted Non Vathula Vadakalai Bride for Handsome Iyengar salaried boy 25/1965/175 working in reputed company. No dowry. Decent Marriage.

ஏன்டா, அவ என்ன கோத்ரம்?

ராகவன்: அது என்னவோ! பாரத் வாசி, அவ்வளவுதான்.

நரசிம்மாச்சாரி: பேஷ், பாரத்வாஜ கோத்ரம். என்ன ராசி?

ராகவன்: சிம்ம ராசி.

நரசிம்மாச்சாரி: நான் என்ன பண்றேன். ரங்க வாத்தியாருக்கு போன் பண்ணிட்டு, இல்லை இவரே அமாவாசை தர்ப்பணத்துக்கு விசாரிக்க வருவார். ஸ்கூட்டரைப் போட்டுண்டு அவரை இன்னிக்கே சாயங்காலம் நாள் நன்னா இருந்ததுன்னா ஒரு

நிச்சயதார்த்தத்தைப் பண்ணிடற மாதிரி. இவ அப்பா எல்லாம் எந்த ஊர்ல இருக்கா?

ராகவன்: இந்த ஊர்தான். பீட்டர்ஸ் ரோடில ஸ்பேர் பார்ட்ஸ் கடை வெச்சிருக்கார் அப்பா.

நரசிம்மாச்சாரி: ஸ்பேர் பார்ட்ஸ் கடையா? ஐயங்கார் எல்லாம் ஸ்பேர் பார்ட்ஸ் விக்கமாட்டாளே! ஆனா, லௌகீகம் மாறிண்டு இருக்கு. ஒயின் ஷாப்கூட நடத்தறா. வரவாளுக்குச் சாப்பாடு போட்டு கல்யாணம் பண்ணிக் கொடுப்பாளோல்லியோ? தேங்காக்கு பதிலா 'ஸ்பேர் பார்ட்டை' கொடுத்துறப் போறா! (சிரிக்கிறார்) ஹா! ஹா! ஹா! அது போதும். நான் என்ன பண்றேன். இப்பவே அனந்தாச்சாரி ஆத்ல ரங்கனைப் போய்ப் பார்த்து நிச்சயதார்த்துக்கு ஏற்பாடு பண்ணிண்டு வந்துர்றேன்.

(சுஷ்மா புடவை கட்டிக்கொண்டு வருகிறாள்.)

நரசிம்மாச்சாரி: அடேயப்பா, ரங்கநாயகி நாச்சியார் மாதிரியே இருக்கே. டேய் ராகவா, ஒனக்கு ஏத்த பொண் டாட்டி இவதான்.

(சுஷ்மாவிடம் அவன் ஏதோ சொல்ல, போங்கப்பா என்று நாணுகிறாள்.)

அடாடாடா, இப்ப உங்க அம்மா இல்லையேன்னு ரொம்ப ஆதங்கமா இருக்கு. அப்பண்டிக்ஸ் ஆப்பரேஷனைப் பத்தியே பேசிண்டு இருந்தா. ஒரு நா பொசுக்குன்னு போய்ட்டா. வாம்மா அலமேலு, இனிமே இந்தாத்து மாட்டுப் பொண்ணு நீதான். அப்படியே தேவதை மாதிரி!

அழைச்சுண்டு போய் ரூம் எல்லாம் காட்டுடா, பாரு, கல்யாணம் ஆற வரைக்கும் நீங்க ரெண்டு பேரும் தனித்தனி ரூம்லதான் இருக்கணும். இந்திரியங்களைக் கட்டுப்படுத்தலைன்னா மனுஷன் மனுஷனே இல்லைன்னு பகவான் சொல்லிருக்கார்.

(அவர்கள் செல்லும்போது சுஷ்மா புடவைக்குப் பழக்கமில்லாமல் அது கட்டவிழ அதைக் கொத்தாகப் பிடித்துக் கொண்டு 'யார், முஸீபதிமேம் ஃபஸா தியா மார்' என்று முணுமுணுத்துக் கொண்டே போகிறாள்.

(நரசிம்மாச்சாரி கண்ணீர் துடைத்துக் கொண்டு பாசுரம் சொல்கிறார்)

குத்து விளக்கெரிய கோட்டுக்கால் கட்டில்மேல் மெத்தென்ற பஞ்ச சயன்த்தின் மேலேறி...

(பண்ணிவைக்கும் வாத்தியார் ரங்கையங்கார் வருகிறார். தலையில் 'எல்மெட்'டுடன், படபடவென்று எலிபோல் வேகமாக.)

நரசிம்மாச்சாரி: என்ன ரங்கா, ஏன் இத்தனை நாழி? நானே உன்னைப் பார்க்க வரலாம்னு இருந்தேனே.

ரங்கய்யங்கார்: மாமா, நாளைக்கு அமாவாசை. காலம்பற ஆறு மணிக்கு வரலாமா? பால் வந்துடுமில்லையா காப்பிக்கு?

நரசிம்மாச்சாரி: ரங்கா, ஒரு சந்தோஷ சமாசாரம். ராகவனுக்குக் கல்யாணம் நிச்சயம் பண்ணிடலாம்னு இருக்கேன். அருமையான பொண்ணு கெடைச்சுட்டா. செக்கச் செவேல்னு.

ரங்க: வெள்ளைக்காரியா?

நரசிம்மாச்சாரி: இல்லைடா, நல்ல சுத்தமான ஐயங்கார் பொண்ணு. பாரத்வாஜ கோத்ரம். சிம்ம ராசி. செம்போடை கோவிந்தய்யங்கார் ஃபேமிலி. இப்படியே...

ரங்க: அட அதிர்ஷ்டம் பண்ணவர் நீங்க. இப்பல்லாம் அய்யங்கார் பையன்கள் எல்லாம் ஒண்ணு அமெரிக்காவில இருக்கா, இல்லை சமையக் காரனா இருக்கா. அன்னிக்கு இப்படித்தான் நம்ம நாராயணையங்கார் இல்லை. குடவாசல்? அவாத்தில ஒரு கல்யாணம். பொண்ணு என்னவோ பார்ஸியாம். நெருப்பை உபாசனை பண்றாளாம். அப்பறம் போன மாசம் திருநகரி சம்பத்து ஆத்தில மூத்த பையன் வெனிஜுவேலா போயிருக்கான். அங்க ஒரு பெண்ணை

பாத்திருக்கான். பச்சையா கண்ணை வெச்சுண்டு. இந்த க்ஷணம் நம்ம சம்பிரதாயத்திலேயே கல்யாணம் பண்ணிக் கொடுன்னு மொரண்டு பண்றானாம். ஏன் கேக்கறேள் போங்கோ, நம்ம ஐயங்கார் பீஜம் உலகம் பூரா பரவிண்டு இருக்கு. என்னையும் பிட்ஸ்பர்க் சிகாகோன்னு கூட்டுண்டு இருக்கா. குளிர் தேசத்துக்கு எங்க போறது?

நரசிம்மாச்சாரி: ரங்கா, அதிர்ஷ்டம் பண்ணவன் நான். சுத்தமான ஐயங்கார் பொண்ணு இவ.

ரங்க: போறது. எல்லாம் வம்சம் ஸ்வாமி. வளக்கற விதம். எம் மாட்டுப் பொண்ணு இருக்காளே அலமேலு. மரப்பாச்சி மாதிரி இருந்துண்டு! சித்த வாயாடும் இருந்தாலும்...

நரசிம்மாச்சாரி: இந்த பொண்ணு பேரும் அலமேலுதான் ரங்கா. அலமேலு! அலமேலு!

ரங்க: அப்ப இன்னிக்கே நிச்சயதார்த்தம் வெச்சுண்டுட லாமே. மூணிலருந்து நாலரை நல்ல முகூர்த்த வேளை. பழம் பாக்கு வெத்தலை வெச்சுண்டுட லாம்.

நரசிம்மாச்சாரி: எதுக்கும் அலமேலுவை ஒரு வார்த்தை கேட்டுட லாம். அலமேலு! அலமேலு! சுஷ்மா வருகிறாள். இதுதான் பொண்ணு.

ரங்க: *(பார்த்து) ஐயங்காரா?*

நரசிம்மாச்சாரி: ஆமா செம்போடை கோவிந்தையங்கார் பொண்ணு.

ரங்க: பாத்தா வளப்பமா, அரிசி சோறு சாப்ட்டாப்பல இல்லையே! ஏம்மா நீங்கள்ளாம் எந்த ஊர்? உங்கப்பா சொந்த ஊர் எது?

சுஷ்மா: அம்ருத்ஸர்.

ரங்க: என்னது?

ராகவன்: மாமா, வந்து நாங்குநேரிக்கு பக்கத்தில அம்ருத் சரஸ்னு ஊர் இருக்கு. அதைச் சொல்றா.

ரங்க: *அப்படியா? (சந்தேகத்துடன் பார்த்து)*

நரசிம்மாச்சாரி: ரங்கனுக்கு இண்டியாவோட ஜாக்ரஃபி தெரியாது. பஞ்சாப் எங்கருக்குன்னா பெங்காலைக் காட்டுவான். நானும் அவனும் க்ளாஸ் மேட்டு. இவன் பண்ணி வெக்கற வாத்தியார். நான் பிஸிக்ஸ் வாத்தியார். இவன் வீடு கட்டிண்டு, ஸ்கூட்டர் என்ன, டிவி என்ன! என்ன ரங்கா? கேபிள் டிவி வெச்சிருக்கியாமே.

ரங்க: *அதை ஏன் கேக்கறேள்! முகூர்த்தமில்லாத கரிநாள்ளல்லாம் போது போக மாட்டேங்கறது பாருங்கோ. எல்லாம் உங்க ஆசிர்வாதம். நான் வரட்டுமா! பொண்ணுக்கு தாயார் தகப்பனாரைக் கூட்டிண்டு வந்துருங்கோ. மத்யானம் பழம் பாக்கு வெத்தலை மாத்திண்டுடலாமா?*

ராகவன்: *என்னது?*

சுஷ்மா: வாட்ஸ் திஸ் பழம்பாக் வெத்தலை?

நரசிம்மாச்சாரி: அலமேலு. உங்கப்பாவை இன்னிக்கு கடையை மூடிண்டு மத்யானம் வரச்சொல்லிடு, நிச்சய தார்த்தம் பண்ணிடலாம்.

சுஷ்மா: நிச்யதார்த்? பட், பாப்பாஜி, எங்களுக் ஷாதி ஹோகயா ஹை.

ராகவன்: *(குறுக்கிட்டு)* நிச்சயதார்த்தம்தானே அப்பா? ஜாம்ஜாம்னு வெச்சுண்டடலாம்!

நரசிம்மாச்சாரி: கடைல போய் ஸ்வீட் எல்லாம் ஆர்டர் கொடுக்கணும். நான் போய்ட்டு கொஞ்ச நேரத்ல வந்துர்றேன். *(உற்சாகத்துடன் போகிறார். ரங்கய்யங்காரும் உடன் செல்கிறார்.)*

அவர்கள் போனதும் சுஷ்மா தன் புடவையைக் களைந்து எறிகிறாள். உள்ளுக்குள் இன்னும் பஞ்சாபி ட்ரெஸ் போட்டுக் கொண்டு இருக்கிறாள்.

சுஷ்மா: ராகு. திஸ் இஸ் தி லிமிட்!

ராகவன்: சுஷ்மா, ப்ளீஸ், இந்த...

சுஷ்மா: நிச்சதார்த்தம்னா என்ன?

ராகவன்: பெட்ராத்தல் ஸெரிமனி.

சுஷ்மா: நமக்குக் கல்யாணம் ஆயருச்சு! ராகு, எங்கயாவது கல்யாணம் ஆன பிற்பாடு நிச் நிச் அது என்ன வெச்சுப்பாங்களா? இன்னொரு கல்யாணம் செய்துப்பாங்களா?

ராகவன்: சுஷ்மா டூ யு லவ் மி?

சுஷ்மா: *(கோபத்துடன்)* எஸ்!

ராகவன்: கொஞ்சம் பொறுமையா இரு. எங்கப்பாவுக்கு உன்னைப் புடிச்சுப்போச்சுன்னா உயிரையே கொடுப்பார். புடிக்கறவரைக்கும் நீ அல மேலுவா இரு. நிச்சயதார்த்தம் பண்ணிக்கலாம். இட்ஸ் ஃபன். என்ன, இன்னொரு முறைகூட நான் உன்னை தினம் கல்யாணம் பண்ணிக் கொள்ளற அளவுக்கு அத்தனை பெரிசா லவ் பண்றேன். கல்யாணம் பண்ணிக்கலாமே. *(அவளை அணைத்துக் கொள்ள)*

(நரசிம்மாச்சாரி உள்ளே வந்து 'க்கும்' என்று கனைத்து, 'குடையை எடுத்து போக மறந்துட்டேன்' என்று மூலையில் இருக்கும் குடையை எடுத்துக் கொண்டு 'கேரி ஆன்' என்று உற்சாகத்துடன், ஏறக்குறைய பையன்போல குதித்துக் கொண்டு செல்கிறார்.)

ராகவன்: இத்தனை உற்சாகத்தை ஒரேயடியா கலைக்க வேண்டாம்.

சுஷ்மா: இன்னும் எங்கப்பாகிட்ட சொல்லலை... அய்யோ!

ராகவன்: இரு இரு. ஒரு ஒரு அப்பாவாதானே சமாளிக்க முடியும்!

சுஷ்மா: யார்! பேசாம முதல்லயே சொல்லியிருக்கலாம். இந்த அலமேலு பிஸினஸ் இல்லாம, பொய் சொல்லாம நேரா ஃபடா ஃபட் சொல்லிக்கலாம். போட்டுக் குளப்பிட்டே!

ராகவன்: குழப்பிட்டே, ழ, ழ!

சுஷ்மா: 'ள' எனக்குச் செத்தாலும் வராது.

ராகவன்: பாரு, ரொம்ப ஈஸி அவங்க மனசை ஒடைக்கிறது. ஆனா இந்த மாதிரி அதிர்ச்சியைக் கொடுத்தா மண்டையைப் போட்டுருவார். அவருக்கு வைஷ்ணவ சம்பிரதாயம், கம்யுனிட்டி ப்ரிஸர்வேஷன்னு எல்லாம் ரொம்ப முக்கியம்!

சுஷ்மா: எங்கப்பாவுக்கு நான் எங்க ஜாதிலதான் கல்யாணம் பண்ணிக்கணும்னு. அம்ருத்ஸர்ல மூணு பையன் பாத்து வெச்சிருக்காரு. பஞ்சாபில கடுதாசிலாம் எழுதி, இந்த வக்கேஷனுக்கு ப்ளேன் சார்ஜ் கொடுத்து அவங்க வராங்க.

ராகவன்: நல்லவேளை! கல்யாணம் பண்ணிண்டாச்சு. இப்ப என்ன!

சுஷ்மா: இப்ப என்ன? திட்டுவாங்க. அவ்ளவ்தானே! நம்மை யாரும் செயில்ல போட முடியாது. ரெண்டு பேருக்கும் 21 வயது க்ராஸ் பண்ணியாச்சே!

ராகவன்: இருந்தாலும். அதிகம் மனஸ்தாபம் இல்லாம இதை சமாளிக்கலாம்னு தோணுது.

சுஷ்மா: இப்ப என்ன ப்ளான் யார்?

ராகவன்: சுஷ்மா கொஞ்ச நாளைக்கு நீ ஐயங்கார் பொண்ணா இரு.

சுஷ்மா: எவ்ளவ் நாளைக்கு இந்தப் புடவை உடுத்தற பிஸனஸ் வேண்டாம்பா. எப்ப பாத்தாலும் நளுவறா மாதிரி இருக்குது. ஆமா, நான் கொஞ்ச நாளைக்கு ஐயங்கார் இருந்தா, நீ கொஞ்ச நாளைக்கு பஞ்சாபியா இருக்கிறாயா? *(சிரிக்கிறாள்.)*

ராகவன்: தாடி வளர்க்கணுமா.

சுஷ்மா: ஆமா,

ராகவன்: எங்க வம்சத்தில அதிகம் வளராதே!

சுஷ்மா: எங்கப்பாவை உங்கப்பா மாதிரி ஏமாத்த முடியாது. அதனால, விஷயம் தெரிஞ்ச உடனே சுட்டுரு வாரு. கன் லைசென்செல்லாம் வெச்சிருக்காரு!

ராகவன்: அதுக்குள்ள ஓடிப்போய்டலாம், என்ன?

சுஷ்மா: யார்! தூ புத்தூ ஹை யார், படா புத்து!

ராகவன்: சுஷ்மா. யு நோ வாட்! இந்த இனிஷியல் க்ரைஸிஸை சமாளிச்சப்புறம் நாம ரெண்டுபேரும் ஹாப்பியாகத்தான் இருக்கப் போறோம். ஆப்டர் ஆல் லவ்! காதலுக்கு ஜாதி இல்லை. ஜாக்ரஃபி இல்லை!

சுஷ்மா: காதலுக்கு மட்டும்தான் இல்லை. மத்த எல்லாத்துக்கும் இருக்குது அதானே முஸீபத்து!

ராகவன்: சமாளிக்கலாம்.

சுஷ்மா: இப்ப என்னாங்கறே நிச்சயதார்த்தம் பண்ணிக் கணும்னு சொல்லுவியா?

ராகவன்: ஆமா.

சுஷ்மா: பண்ணிக்கிட்டு?

ராகவன்: அதை உங்க அப்பாகிட்ட சொல்லிட்டா அவர் ஒத்துப்பாரு. எங்கப்பாவே ஒப்புக்க வெச்சுருவார்!

சுஷ்மா: யார், தூ புத்தூ ஹை! எங்கப்பா இவ்வளவு சுலபமா ஒத்துப்பாருங்கறே? ரொம்ப காட்டாளய்யா! லாரி ஓட்டி முன்னுக்கு வந்தவரு. பாலே ஒரு ஆள் உயர தம்ளர்ல குடிப்பார். நல்லா தண்ணி போடுவார். முழுக்கோழி திம்பார். ஒன்னைப்போல இரண்டு மடங்கு உயரம் இருப்பாரு.

ராகவன்: இப்ப எதுக்கு இந்த வர்ணனையெல்லாம்?

சுஷ்மா: ஒங்கப்பாவையாவது ரெண்டு ராமம் இழுத்தா சமாளிச்சரலாம் போல இருக்குது. எங்கப்பா தான், அய்யோ, குரு காப்பாத்து!

(நரசிம்மாச்சாரி உள்ளே வருகிறார். பை நிறைய சாமான்கள் வாங்கிக் கொண்டு வருகிறார்.)

நரசிம்மாச்சாரி: ராகவா இதெல்லாம் கொண்டு உள்ள எடுத்து வச்சுரு. பாரும்மா இந்தப் புடவை காஞ்சிபுரம், புடிச்சிருக்கா. ஆமா ராகவா கைல என்ன மோதிரம்?

ராகவன்: அது வந்துப்பா, பழைய மோதிரம் இருந்தது பாரு...

நரசிம்மாச்சாரி: இவ கைல கூட மோதிரம் !

சுஷ்மா: எங்கப்பா போட்டது.

நரசிம்மாச்சாரி: கோவிந்தனா? பேஷ்! நீ கொண்டு வெச்சுரு. *(ராகவன் செல்ல, சுஷ்மாவைப் பார்க்க)* பழைய படி ரத்த கலர் டிரஸ்ஸை போட்டுண்டுட்டே, பாத்தியா. சொன்னதைக் கேளும்மா அலமேலு. நீலகலர் எடுத்திருக்கேன். ரொம்ப பாந்தமா இருக்கும். என்ன! எல்லா ப்ரண்ட்ஸூம் கூப்பிட்ருக்கேன், ராகவா ஒன் ப்ரெண்ட்ஸ எல்லாரையும் கூப்பிட்டுடு. என்ன அலமேலு உங்கப்பாவுக்கு போன் பண்ணிக் கூப்பிடு, என்ன? கோவிந்தன் வராம கல்யாணம் இல்லை.

சுஷ்மா: எங்கப்பா ஊருக்கு போயிருக்காரு.

நரசிம்மாச்சாரி: அம்மா?

சுஷ்மா: அம்மா இல்லை.

நரசிம்மாச்சாரி: அப்ப நிச்சயதார்த்தம் யாரு நடத்துவா?

ராகவன்: அதாம்பா சொன்னேன் அடுத்த வாரம் வெச்சுக் கலாம்னு?

நரசிம்மாச்சாரி: பேசப்படாது. எல்லா ஏற்பாடும் செஞ்சாச்சு. கோவிந்தன் வராட்டா என்ன, நான் சொல்லிக் கிறேன் கோவிந்தன்கிட்ட. ஐயங்கார்க்கு ஐயங்கார் மாட்டேன்னு சொல்லுவாளா என்ன! அதும், என்ன மாதிரி மாப்பிள்ளை நீ! ஏம்மா, உனக்கு எம் பையன் புடிச்சிருக்குதானே?

(சுஷ்மா தலையாட்டுகிறாள், அவனை மகிழ்வுடன் பார்த்து)

நரசிம்மாச்சாரி: இவனைக் கல்யாணம் பண்ணிக்கிறேதானே?

சுஷ்மா: கல்யாணம் ஆய்டுச்சு!

ராகவன்: அதாவது கல்யாணம் ஆனா மாதிரித்தான்னு...

நரசிம்மாச்சாரி: ஏன் ஒரு மாதிரி பேசறா. இவ 'ஆய்டுச்சு பூய்டுச்சு'ன்னு.

ராகவன்: அது வந்துப்பா அவா வந்து டில்லிலயே இருந் தாளோல்லியோ. கொஞ்சம் இலக்கண சுத்தமா இருக்காது தமிழ்.

நரசிம்மாச்சாரி: ரெண்டு மூணு காலட்சேபம் உபன்யாசம்னு அழைச்சுண்டு போனா சரியாய்டும். அம்மாடி கொஞ்சம் தேர்த்தம் கொடுக்கறியா?

சுஷ்மா: மத்லப்?

ராகவன்: தண்ணி, பானி.

(சுஷ்மா செல்ல)

ராகவன்: அப்பா எதுக்கு இந்த ஆடம்பரம் எல்லாம்?

நரசிம்மாச்சாரி: ஒனக்கு தெரியாதுடா. இந்த சம்பிரதாயத்தை எல்லாம் விட்டுட்டதாலதான் சீரழிஞ்சிருக்கு தேசமே.

ராகவன்: அப்பா ஒங்களை ஒண்ணு கேக்கணும். இந்த பொண்ணு ஐயங்கார்ங்கறது முக்கியமா, நல்ல பொண்ணுங்கறது முக்கியமா? ஒரு ஹ்யூமன் பீயிங்!

நரசிம்மாச்சாரி: ரெண்டுமேதான்.

ராகவன்: அய்யங்காராவது மோட்டார்காராவது! எல்லாமே இப்ப அழிஞ்சிண்டிருக்கப்பா.

நரசிம்மாச்சாரி: நமக்கு அழியலை.

ராகவன்: இப்ப இவளே ஒரு பஞ்சாபி பொண்ணுன்னு சொன்னா, எந்த விதத்தில இவ மாறிடறா, சொல்லுங்கப்பா?

நரசிம்மாச்சாரி: அப்படி பேச்சே இல்லையே. கோவிந்தன் பொண்ணுன்னா!

ராகவன்: இல்லை, ஒரு ஆர்க்யுமெண்ட்டுக்கு சொன்னா...

நரசிம்மாச்சாரி: எதுக்கு வெட்டியா இல்லாததைக் கற்பனை பண்ணிண்டு வாதப் பிரதிவாதம் பண்ணணும்! ஐயங்கார் மேரிஸ் அய்யங்கார்! அவ்வளவுதான், சரியாப் போச்சு கதை.

ராகவன்: இனிமேத்தான ஆரம்பம் கதை.

(சுஷ்மா தண்ணீர் கொண்டு வர, அதை வாங்கி)

நரசிம்மாச்சாரி: அப்படியே உங்க அம்மா இப்படித்தான் சாந்தி கல்யாணத்தும்போது பால் கொண்டு வரா. லோட்டால, கையெல்லாம் நடுக்கத்தில வளையல் சத்தம் போடறது எதுக்காக ரங்கநாயகி இப்படி பயப்படறேன்னா உங்க மூக்கைப் பாத்தா பயமா இருக்குங்கறா! மீசைன்னா வெட்டி சரைச்சுரலாம். மூக்கை வெட்டிட முடியுமான்னு கேட்டேன். அப்ப சிரிக்க ஆரம்பிச்சா பாரு. விடிய விடிய சிரிச்சுண்டே இருந்தா. வேற ஒரு காரிய மும் பண்ணலை. அம்புலுப்பாட்டி ரூமுக்கு வெளில 'போதும் நிறுத்திட்டு வேற காரியத்தை பாருங்கோ. என்ன சிரிப்பாணி'ன்னு கதவைத் தட்றா. ஒரு வழியா சிரிப்பை நிறுத்திட்டு அரிக்கேன் லாம்பை அணைச்சுட்டு பவானி ஜமக்காளத்தை போர்த்திண்டு...

ராகவன்: அப்பா இவ்வளவு டீட்டெய்ல் வேண்டாம்!

சுஷ்மா: எனக்கு எதும் சமஜ்மே வரலை.

ராகவன்: நல்லவேளை.

(நரசிம்மாச்சாரி சாமான்களை எடுத்துக் கொண்டு உள்ளே செல்ல சுஷ்மா அந்தப் புடவையைப் பிரித்துக் கொண்டிருக்கும்போது கதவு தட்டப்படுகிறது.)

நரசிம்மாச்சாரி: *(உள்ளேயிருந்து) யார் பாரு?*

(ராகவன் சென்று பார்க்க உடனே திரும்பி வருகிறான்)

சுஷ்மா சுஷ்மா ஆபத்து!

சுஷ்மா: *என்ன?*

ராகவன்: *உங்கப்பா வந்திருக்காரு உன்னை தேடிண்டு?*

(சுஷ்மா புடவையை அப்படியே போட்டுவிட்டு அழுக்குக் கூடை எங்க இருக்குது என்று பெட்ரூமை பார்க்கப் போகிறாள். மெல்ல ஒரு சர்தார்ஜி உள்ளே வருகிறார். ஆஜானுபாகு. மீசையைத் திருகிவிட்டுக் கொண்டு சிமெண்டு கலரில் வேட்டியும், ஜிப்பாவுமாக மார்பின் குறுக்கே பட்டாக் கத்தியுமாக, உள்ளே நுழைந்து)

சிங் : *இந்த அட்ரஸ் நம்பர் எட்டு நாகரத்னம்மா தெருதானே?*

ராகவன்: *ஆமா! ஏன்?*

சிங்: *எம் பெண்ணு இங்க வந்திச்சா, பேட்டி?*

ராகவன்: *யாரு...*

(இதற்குள் நரசிம்மாச்சாரி உள்ளே வந்து 'யாரு' என்று கேட்க இருவரும் ஒருவரை ஒருவர் பார்த்துக் கொண்டு)

சிங்: *உம் மாதிரி ராமம் போட்டவன்தான் ஒருமுறை என்ன ஏமாத்தனாம்பா!*

நரசிம்மாச்சாரி: *'ராமம்'ல்லை. 'நாமம்'. நீங்க யாரு?*

சிங்: *எம்பேர் கோவிந்த சிங். என் பேட்டி பிங்குவை தேடிக்கிட்டு வந்தேன்.*

ராகவன்: *பிங்குன்னு யாரும் இல்லை.*

சிங்: *இங்கதான் அட்ரஸ் கொடுத்தாங்க. என்னவோ ஒரு பையன் அவள ரிஜிஸ்தர் மேரேஜ் நடத்த போறதாகவும் இங்க வந்திருக்கிறதாகவும்.*

நரசிம்மாச்சாரி: *உங்களுக்கு யாரோ தப்பா சொல்லிருக்காங்க. என் பையனுக்கு அலமேலுன்னு ஒரு பெண்ணை*

நிச்சயதார்த்தம் பண்ணப் போறோம். என்ன வேலை பண்றீங்க? எப்டி தமிழ் பேசறீங்க?

சிங்: மெட்ராஸ்ல ரொம்ப வருஷமா இருக்குறோம். ஸ்பேர் பார்ட்ஸ் கடை வச்சிருக்குது பீட்டர்ஸ் ரோடில.

நரசிம்மாச்சாரி: அப்ப உங்களுக்கு என் சம்பந்தியை தெரிஞ்சிருக்கும், கோவிந்தையங்கார்னு செம்போடை. அவரும் ஸ்பேர் பார்ட்ஸ்தான் வெச்சிருக்காரு.

சிங்: அப்டியா. பீட்டர்ஸ் ரோடில அய்யங்காரே கிடையாதே.

நரசிம்மாச்சாரி: பீட்டர்ஸ் ரோடோ என்னவோ சொன்னாளே. ராகவா, அலமேலுவை கூப்பிடு. அலமேலு! அலமேலு!

ராகவன்: *(சமாளித்து)* திருவல்லிக்கேணிக்கு கடையை மாத்திட்டாராம்.

சிங்: அப்டியா இங்க கல்யாணம் நடக்கப் போவுதா.

நரசிம்மாச்சாரி: ஆமாம் சர்தார்ஜி. நிச்சயதார்த்தம். இவ்வளவு தூரம் வந்தேள். இருந்துட்டு போங்களேன் நிச்சய தார்த்தத்துக்கு.

சிங்: இல்லைங்க என் டாட்டரை தேடிக்கிட்டு இருக்குறேன். அவ மட்டும் எனக்கு விரோதமா வேற ஜாதியில கல்யாணம் செய்துக்கிட்டு இருந் தான்னு தெரிஞ்சுச்சி, ரெண்டு பேத்தையும் கண்டம் துண்டமா வெட்டி போட்டுருவேன். இவளுக்கு அம்ருத்ஸர்லருந்து ப்ளேன்ல துல்கன் வரவழைக்கறேன் அய்யர்!

நரசிம்மாச்சாரி: அய்யங்கார்! அதெல்லாம் ஒண்ணும் நடக்காது. நீங்க போய்ட்டு வாங்க சர்தார்ஜி.

சிங்: நிச்சயமா இந்த வீட்டில பிங்கு வரலைதானே?

நரசிம்மாச்சாரி: இல்லை, வந்தா வரச்சொல்றேன்.

சிங்: *தம்பி நல்லதம்பி (ராகவனைத் தட்டி)* உங்க கம்யுனிட்டிகுள்ளேயே கல்யாணம் செய்துக்க. அப்பா சொல்றதைக் கேக்கணும். நல்ல பெண் ணுங்க. அருமையான பெண்ணு! அந்த பத்மாஷ் தான் ஆசைகாட்டி கூட்டியாந்துட்டான். கன் வெச்சிருக்கேன். கிர்பான் வச்சிருக்கேன். முதல்ல கத்தியால குத்திட்டு அப்புறம் சுட லாம்னு. லைசென்ஸ் வச்சிருக்கேன்.

நரசிம்மாச்சாரி: அதெல்லாம் நடக்காது. போய்ட்டு வாங்க, எல்லாம் நல்லபடியா நடக்கும் சிங்ஜி!

சிங்: இந்த ஊட்டாண்டை வர்லைதானே?

ராகவன்: இல்லை.

சிங்: இங்கதான் வந்திருக்கறதா யாரோ அட்ரஸ் கொடுத்தாங்க. அவனையும் கீச்சுர்றேன். உள்ள பொம்பளை புள்ளைங்க யாரும் இல்லைதானே?

நரசிம்மாச்சாரி: யாரு? நம்ம அலமேலு இருக்கா. அலமேலு சித்த இங்க வந்துட்டுப் போ. சிங்கம் பார்க்கணுங் கறார்.

(இதற்குள் ஸ்கூட்டர் வாத்தியார் வந்து என்ன எல்லாம் ரெடியா பையைக் கீழே வைக்கிறார். டேப்ரிக்கார்டரை வைக்கிறார்.)

வாத்தி: *(சிங்கைப் பார்த்து)* இது யாரு ரிஷி.

நரசிம்மாச்சாரி: ரிஷி இல்லை. சர்தார்ஜி. பொண்ணைத் தேடிண் டிருக்கார். அவ யாரோ வேத்து ஜாதில கல்யாணம் பண்ணிக்கிறதா தகவல் வந்ததாம். கொதிக்கிறார். சிங்ஜி, காம் யுவர்ஸெல்ஃப். ஒரு சர்தார்ஜி ஜோக் சொல்லட்டுமா? குதுப்மினார்ல ஒரு சர்தார்ஜி ஏறினானாம். அங்கருந்து இல்லை, ரெண்டு சர்தார்ஜி... என்ன பண்ணான் மேல போனப்புறம் காத்தோட்டமா வ்யூ நல்லாருக்கே நம்ம ப்ரெண்டு கீழயே விட்டுட்டு வந்துட்டமே, அவன் புள்ளி மாதிரி தெரியறான். அவனைக் கூப்பிடறான். 'உஜாகர்சிங் ஆஜா, ஆஜா'ன்னு. இரைஞ்சு கத்தறான். அவனுக்கு காதிலயே விழலை.

அதுக்கு, பக்கத்தில் இருந்த சர்தார்ஜி என்ன பண்ணான். முட்டாளே இப்படி கூப்ட்டா எப்படிடா கேக்கும்? நான் கூப்படறேன் பாருன்னு பைனாகுலரை எடுத்துண்டு அது வழியா பாத்து மெல்ல 'ஆஜா ஆஜா'ன்னான்னாம்...

(அட்டகாசமாகச் சிரிக்க மற்றபேர் யாரும் சிரிப்பதில்லை.)

சிங்: அடுத்தமுறை சர்தார்பத்தி ஜோக் சொன்னே, சுட்டுருவேன் கன்வெச்சு *(கத்தியை உருவு கிறான்.)*

நரசிம்மாச்சாரி: அதுவந்து அதுவந்து ரொம்ப வருத்தமா இருக் கேளேன்னு பார்த்து... இப்ப என்ன சொல்லிட் டேன்னு கத்தியை உருவறேள்.

சிங்: கடுப்பிலிருக்கேன். இனிமே சர்தார்ங்களை பத்தி சொன்ன? அய்யர் நாமத்தை அழிச்சுருவேன் குடுமி கத்திருச்சுருவேன்!

நரசிம்மாச்சாரி: *(கோபம் கொண்டு)* என்னது, எங்க தேசத்தில் எங்க வீட்ல வந்து எங்களையே விரட்டறியா!

சிங்: விரட்டுவேன்.

நரசிம்மாச்சாரி: விரட்டு பார்க்கலாம்!

சிங்: விரட்டுவேன்.

நரசிம்மாச்சாரி: என்னன்னு நினைச்சுண்டு இருக்கே எங்க தாத்தா சுந்தர் ராஜய்யங்கார் போலீஸ் ஸுப்ரண்டா இருந் தவர் தெரியுமா? மோட்டார் பைக்ல வருவார்.

சிங் : பைக்கை பிரிச்சு கொடுத்துருவேன், போனாப் போவுது கிளவனாச்சேன்னு பார்த்தேன், இல்லைன்னா பொய்ப் பல்லை களட்டி கொடுத் துருவேன்.

நரசிம்மாச்சாரி: யாருக்கு பொய்ப்பல்லு எனக்கா எனக்கா ஈ பார்த்துக்கோ. எல்லாம் நிஜம். நீதான் கடுகெண் ணையை தேச்சுண்டு வருஷம் பூராக் குளிக்காம மாமிசத்தை திண்ணுண்டு புதர் மாதிரி, மூஞ்சியே

தெரியாம தாடி வெச்சுண்டு எப்ப பாத்தாலும் கஷ்கத்தை தூக்கிண்டு ஒரே மாதிரி டான்ஸ் ஆடிண்டு. போடா கிழச்சிங்கம் நொண்டிச் சிங்கம்.

சிங்: என்னது! (கிட்டே வந்து கிர்பானை எடுக்கிறான்.)

ரங்க: அவனோட எதுக்கு! வடக்கத்தி காராள்ளாம் எதுக்கெடுத்தாலும் கத்தியை உருவிடுவா. எய் சிங்கு ரிஷி! போய்டுப்பா உன் டாட்டர் இங்க வரலை!

(அவனைத் தள்ளாத குறையாக அனுப்பிவிட)

சிங்: ஜாக்கிரதை சர்தார் பத்தி ஜோக் சொல்லக்கூடாது! (போகிறார்)

வாத்: (அவன் போனதும்) அவனோட எதுக்கு. அவாள் ளாம் ரொம்ப முரடன் ஸ்வாமி!

நரசிம்மாச்சாரி: என்னவோ! அலமேலு! அலமேலு!

ராகவன்: அலமேலு, சிங்கு போயாச்சு, நீ வரலாம்.

சுஷ்மா: (தயக்கமாக வருகிறாள்) பாப்பாஜி, எனக்கு ரொம்ப பயம் ஆயருச்சு.

நரசிம்மாச்சாரி: அதெல்லாம் கவலைப்படாதம்மா. வேணும்னா போலீஸ் பந்தோபஸ்து பண்ணிடலாம். எங்க தாத்தா ரிட்டையர்ட் ஸூப்ரண்டு.

(இப்போது இவள் அந்த நீலப்புடவையை உடுத்தி மணப்பெண் போலவே இருக்கிறாள்.)

ராகவன்: ரங்கையங்கார், எல்லாம் சீக்கிரம் ஆகட்டும். முகூர்த்தம் போய்டப்போறது (என்று அவசரப் படுத்த)

ரங்க: வாம்மா இந்த மனையில உக்காரு. ராகவா, இப்படி நில்லு, வீடியோ உண்டா?

ரங்க: (மந்திரம் சொல்கிறார்) அப்பா எங்க? அப்பா வல்லையா?

சுஷ்மா: வந்தாச்சு. போய்ட்டார்!

நரசிம்மாச்சாரி: என்னது! கோவிந்தையங்கார் வந்தாச்சா!

ராகவன்: சும்மா அவ ஏதோ உளர்றாப்பா.

(ராகவன் மந்திரம் சொல்ல கோவிந்தசிங் மறுபடி உள்ளே வந்து 'பேகை வச்சுட்டு போய்ட்டேன் அய்யர்' என்று சொல்ல)

நரசிம்மாச்சாரி: நீ இன்னம் போகலையா புதரே?

சிங்: *(என் பேக் என்று சொல்ல வந்தவன் சுஷ்மாவைப் பார்த்து)* மேரி பேட்டி, பிங்க்கு, கியா கர் ரஹி ஹை இதர்?

சுஷ்மா: பாப்பாஜி, 'யெ யெ யெ' *(என்கிறாள்)*

நரசிம்மாச்சாரி: அலமேலு உனக்கு இந்த ஆளத் தெரியுமா இந்தக் காட்டு மூஞ்சியை?

சுஷ்மா: இவங்கதான் என் அப்பா.

நரசிம்மாச்சாரி: கோவிந்தையங்காரா இவர்.

சிங்: *(மீசையை முறுக்கிக் கொண்டு)* பேட்டி ஆவ் மேரே ஸாத்! எ பாகல் கானா ஹை!

நரசிம்மாச்சாரி: இரு இரு நீ அப்ப அய்யங்கார் இல்லையா?

சுஷ்மா: இல்லை நாங்கள்ளாம் சிங். பஞ்சாபிங்க, சிங்...

நரசிம்மாச்சாரி: *(கடுமையாக)* ராகவா என்னடா இது?

ராகவன்: அதை நீங்க சொல்ல விடவே இல்லைப்பா.

நரசிம்மாச்சாரி: அய்யோ, இந்த மாம்ச பட்சிணியோடயா சகவாசம் வெச்சுக்க இருந்தேன். நாராயணா! ரங்கா! என்ன ஏமாற்று வேலை பாத்தியா?

சிங்: உன் பையந்தான் எம் பெண்ணை ஆசைகாட்டி மேரேஜ் பண்ண அழைச்சிட்டு வந்திருக்கான். பத்மாஷ் *(கத்தியைக் காட்ட)*

சுஷ்மா தடுத்து, 'பாப்பாஜி உனே மத் மாரியே' என்று கத்துகிறாள்.

நரசிம்மாச்சாரி: என் பையனை ஆசைகாட்டி, அலமேலுன்னு பேர் சொல்லி, அய்யங்கார்னு சொல்லி, இவ தாண்டா ஏமாத்தினா!

ரங்க: முத தடவை பாத்தப்பவே தெரிஞ்சு போச்சு. கம்பீரமா நடக்கறதைப் பார்த்தாலே இது தமிழ்நாடு இல்லைன்னு.

ராகவன்: *(சுஷ்மாவின் கையைப் பிடிக்க)* அப்பா எங்களை நீங்க பிரிக்க முடியாது?

நரசிம்மாச்சாரி: வாடா இங்க வாடா.

சிங்: பேட்டி ஆவோ.

நரசிம்மாச்சாரி: இந்தக் கல்யாணம் நடக்கவே நடக்காது!

சிங்: எ ஷாதி கபி நை ஓகி!

இருவரும்: எங்க கல்யாணம் நடந்து முடிஞ்சுடுத்து! ரிஜிஸ்தர் ஆபிஸ்ல.

நரசிம்மாச்சாரி: என்னது!

ராகவன்: ஆமா அப்பா! கேட்டுக்கங்கோ சிங் ஸார். கேட்டுக்கங்கோ. நாங்க ரெண்டு பேரும் இன்னிக்கு மத்யானம் கல்யாணம் பண்ணிண் டாச்சு ரிஜிஸ்தரார் ஆஃப் மேரேஜஸ் முன்னாலே!

சிங்: *(தன் பட்டாக்கத்தியை உருவி)* கபர்தார்! யாரா வது கிட்டக்க வந்தா வெட்டிப் போட்டுருவேன். இந்தக் கல்யாணம் கான்ஸல்! கிடையாது! நடக்கலை! பொய்யி!

நரசிம்மாச்சாரி: ஆமா இந்தக் கல்யாணம் பொய்!

சிங்: சுஷ்மா ஆவோ பேட்டி. இவங்கள்ளாம் ராமம் போட்டவங்க! நம்பக் கூடாது. தோக்கா கொடுத் துருவாங்க!

(அவளை தரதரவென்று இழுத்துச் செல்ல)

ராகவன்: *(அவளை நோக்கி) சுஷ்மா ஐ லவ் யு போகாதே! (என்பவனை நரசிம்மாச்சாரி பிடித்து இழுத்து) சீ வெக்கமா இல்லை? ஐ லவ்யுவாம்! என்ன வம்சம் நீ! குடவாசல் சுந்தராஜய்யங்கார் பேரன். ஒரு சத்திரியனைக் கல்யாணம் பண்ணிக்கறதாவது. வாடா உள்ளே' என்று இழுத்துச் செல்கிறார்.*

காட்சி 2

சென்ற காட்சி நிகழ்ந்து இரண்டு மாதம் கழித்து அதே அறை. வக்கீல் திருமலையும் நரசிம்மாச்சாரியும் எதிர் எதிரே உட்கார்ந்து கொண்டு பேசிக் கொண்டிருக்கிறார்கள்.

நரசிம்மாச்சாரி: அப்ப இந்த மாரேஜை கான்ஸல் பண்றதுக்கு ரெண்டு பேர் கையெழுத்தும் வேணுங்கறேள்.

வக்கீல்: ஆமாம். பொண்ணு யாரு?

நரசிம்மாச்சாரி: அது ஒரு சர்தார்ஜி சிங் பொண்ணு.

வக்கீல்: என்னது சிங்கா? பஞ்சாப்காரனா?

நரசிம்மாச்சாரி: ஆமாம், பின்ன தஞ்சாவூர்லயா சிங் இருப்பான். எல்லாரும் உபயவேதாந்த ப்ரதிஷ்டாபனாச்சார் யாராக எழுந்தருளியிருக்கும் ஸ்வாமி சன்னிதிக் குன்னு மஞ்சளும் சேப்புமா பத்திரிகை அனுப்பிச் சுண்டிருக்கா. நம்ம பையன் ரிஜிஸ்தரார் ஆபிஸ்ல போய் மாம்ச பட்சிணிய மிலேச்ச குலத்தில கடு கெண்ணை மணக்க மணக்க கூட்டிண்டு வந்துட்டு கல்யாணம் ஆய்டுத்துங்கறான். அப்பன் ஏதோ லாரி ஓட்டறவன் போல இருக்கு. முணுக்குன்னா பட்டாகத்தியை உருவறான். இந்தக் காலத்துப் பசங்களுக்குப் புத்தி போறது பாரும் திருமலை! கிரகசாரம் *(தலையில் அடித்துக் கொள்கிறார்.)*

திருமலை: என்ன பண்றது. 'அர்பனைஸேஷனுக்கு' நாம கொடுக்கற விலை இது. மெட்ராஸ்ல பாருங்கோ, குஜராத்திகாராதான் எல்லா ரெஸ்டாரண்டிலயும் பீச்சிலயும் சாப்ட்டுண்டு இருக்கா. தெலுங்குகாரா

தான் டிநகர் பூரா லாட்ஜ் வெச்சிண்டிருக்கா. மார்வாடிக்காராதான் துணிக்கடையெல்லாம். மலையாளத்துக்காராதான் பொட்டிக்கடை எல்லாம். தமிழ்நாட்டில் தமிழ் பேசறவாளுக்கு இடம் இல்லை.

நரசிம்மாச்சாரி: 'ஓய் அவா என்னவோ பண்ணிட்டு போகட்டும். இந்த மாதிரி இண்டர் காஸ்ட் மாரேஜ்னு நம்ம மடில விழாம இருந்தா சரி. இப்ப என்ன பண்ணணுங்கறாங்க.

வக்: ரெண்டு பேர் கையெழுத்தும் இல்லாம விவாகத்தை ரத்துப் பண்ண முடியாது. லீகலா செல்லுபடியாகிற விவாகம் இது.

நரசிம்மாச்சாரி: அப்ப ஒண்ணு பண்ணுவம். தாடிக்காரனுக்கும் இதில இஷ்டம் இல்லை. எப்படியாவது அவன் கிட்டப்போய் அன்னல் பேப்பர்ல கையெழுத்து வாங்கிண்டு வந்துருவோமே.

வக்கீல்: நானா?

நரசிம்மாச்சாரி: ஆமா நீர்தான் ஓய்.

திரு: கத்தியைத் தூக்கறாங்கறீங்க, நாயை அவுத்து விட்டான்னா.

நரசிம்மாச்சாரி: திருமலை அதான் சொன்னனே, அவனுக்கும் இதை கான்ஸல் பண்ற இஷ்டம்தான். முதல்ல போன்ல கீன்ல பேசிப் பாரும். பீட்டர்ஸ் ரோடில அகால் மோட்டார்னு ஸ்பேர் பார்ட்ஸ் கடை வெச்சிருக்கான். பெரிசு பெரிசா டயரா இருக்கும். அங்க போய்க் கேட்டு விசாரிச்சு பாருமே. குடுக்கற காசுக்கு ஏதாவது செய்யுமே.

திரு: முதல்ல உங்க பையன்கிட்ட கையெழுத்து வாங்கிட முடியுமா பார்க்கலாம்.

நரசிம்மாச்சாரி: அதை வாங்கிடலாம். சித்து பண்ணி வெச்சாப்பல ஒரு பாஷ்யம் இருக்கார் பாரும். அவர் பொண்ணைத்தான் பாத்துண்டிருக்கேன்.

திரு: பேஷா!

நரசிம்மாச்சாரி: அவளைப் பார்த்தா மனசு மாறிடுவான். இதெல்லாம் இன்பாச்சுவேஷன்.

திரு: ஆமாம். பின்னே இல்லியா!

நரசிம்மாச்சாரி: கிளி கொஞ்சறது.

திரு: அடடா.

நரசிம்மாச்சாரி: ஜாதகத்தை வெச்சுண்டு காத்துண்டிருக்கா. அட்வர்டைஸ்மெண்ட்டுக்கே எத்தனை பதில் வந்தது தெரியுமோ.

திரு: அடடா!

(பாஷ்யம் அவர் மனைவி இருவரும் வருகிறார்கள்) வாங்கோ வாங்கோ நூறு ஆயுசு. இப்பதான் உங்களைப் பத்தி பேசிண்டிருக்கோம். *(பாஷ்யம் ராணுவ மிடுக்கானவர். மீசை வைத்திருக்கிறார். அவர் மனைவி நிறைய நகை போட்டு பணக்காரர்கள் என்று தெரிகிறது)*

பாஷ்யம்: ஜாதகத்தை பார்த்துட்டேன். எல்லா பொருத்தமும் இருக்குன்னா ரஜ்ஜு பொருத்தத்தில ஒரு கால்பாகம் லேசா பிசகறதுன்னா. அதுக்காக சித்தரை மாசத்திலேயே சீக்கிரம் கல்யாணம் பண்ணிட்டா படுத்தாது போய்டும்னா.

மனைவி: நாங்க நாளைக்குக் கல்யாணம் பண்ணக்கூட ரெடி சத்தரம் எல்லாம் முன்கூட்டியே ரிசர்வ் பண்ணி வெச்சிருக்கோம்.

பாஷ்: நீங்கதான் 'ம்'ங்கணும்.

நரசிம்மாச்சாரி: பையன் பெண்ணைப் பார்த்தாகணுமே ஸ்வாமி.

பாஷ்: போட்டோ காட்டினீங்களா?

நரசிம்மாச்சாரி: போட்டோ காட்டறதுக்கு முந்தி ஒரு சின்ன சமாசாரம். வக்கீலோட கலந்து பேசி முடிக்க

வேண்டியிருந்தது. ஒரு லீகல் மேட்டர். அது சரியானப்புறம் ஒடனே சொல்லியனுப்பறேன். உங்க ஃபேமிலில சம்பந்தம் வெச்சுக்கறதுக்கு குடுத்து வெச்சிருக்கணும். அக்னிஹோத்தரம் தாத்தாச்சாரியார் பரம்பரை!

பாஷ்யம்: *(சிகரெட் பெட்டியை எடுத்துத் தட்டி)* மேட்ச் பாக்ஸ் இருக்கா?

மனைவி: இங்க வேண்டாமே!

(ராகவன் உள்ளே வருகிறான் இரண்டு நாள் ஷேவ் பண்ணாமல்)

நரசிம்மாச்சாரி: இவன்தான்.

பாஷ்யம்: ஏன் ஒரு மாதிரி சோர்ந்து போனாப்பல இருக்கார். ஐம் பாஷ்யம் *(கைகுலுக்க முற்பட ராகவன் கவனிப்பதில்லை)*

நரசிம்மாச்சாரி: சவரம் பண்ணிக்கலை. டயமே இல்லை. வேலை வேலைன்னு கால்ல றக்கை கட்டிண்டு பறக்கறான். ராகவா இவர்தான் நான் சொன்னேனே மிஸ்டர் பாஷ்யம் டிவிஎஸ்ல... என்னவா இருக்கேள் ஸ்வாமி?

பாஷ்யம்: எக்ஸிக்யுட்டிவ் டிரக்டர்.

நரசிம்மாச்சாரி: எக்ஸிக்யுட்டிவ் டிரக்டர் பாத்தா மீசையும் கீசையுமா இருக்கோ். நம்டவாதான் நல்ல சுயமாச்சார்யாள் குடும்பம்.

ராகவன்: *(சுவாரஸ்யமின்றி) அப்படியா?*

பாஷ்யம்: பையன்கிட்ட எல்லாம் சொல்லிட்டேளா நரசிம் மாச்சாரி ஸார்.

நரசிம்மாச்சாரி: சொல்லியாச்சு. ராகவா நீ போய் உள்ள போய் ஆசுவாசம் பண்ணிக்கோ.

ராகவன்: *(இப்போது சுவாரஸ்யப்பட்டு)* என்ன சொல்லி யாச்சு?

நரசிம்மாச்சாரி: உள்ள போடான்னா.

ராகவன்: இருங்கப்பா. ஸார் எங்கப்பா ஒங்ககிட்ட ஏதாவது ப்ராமிஸ் பண்ணாரா?

பாஷ்யம்: *(குழப்பமாக)* அது வந்து ப்ராமிஸ்னு இல்லை. என் ரண்டாவது பொண்ணு மைதிலிக்கு உங்களைப் பார்க்கலாம்னு ஜாதகம் கொடுத்து ஜாதகம் வாங்கிண்டேன். பொருத்தம் இருக்கு. மேற்கொண்டு லௌகீகங்களைப் பேசலாம் னுட்டு.

ராகவன்: ஸார். மன்னிக்கணும். எனக்கு ஏற்கெனவே கல்யாணம் ஆயிடுத்து. ரெஜிஸ்டர்ட் மாரேஜ். ஏன் அப்பா இவர்கிட்ட சொல்லலியா?

நரசிம்மாச்சாரி: உளர்றான் ஸார். ரிஜிஸ்தரும் இல்லை. கல்யாண மும் இல்லை. அதை கான்ஸல் பண்ண ஏற்பாடு பண்ணியாச்சு. ராகவா. நீ உள்ள போடான்னா.

ராகவன்: அப்பா நீங்க என்னை சீரியஸாவே எடுத்துக் கலையா! ஏற்கெனவே கல்யாணம் ஆன எனக்கு மறுபடி கல்யாணம் பண்ண ஏற்பாடு பண்றது சட்ட விரோதம்பா! பொய் சொல்றது உடம்புக்கு ஆகாதுப்பா.

நரசிம்மாச்சாரி: அதெல்லாம் பெரியவாளுக்குள்ளே...

ராகவன்: மிஸ்டர் பாஷ்யம். எனக்கு ஏற்கெனவே ஒரு பஞ்சாபி பெண்ணோட லீகலா கல்யாணம் ஆகி ரிஜிஸ்தர் பண்ணியிருக்கிறதைப் பத்தி எங்கப்பா சொன்னாரா?

பாஷ்: *(அதிர்ந்து)* சொல்லவே இல்லையே! ஏன் சுவாமி, பையனா இப்படி சொல்றான்! இப்படியாக்கும் அப்படியாக்கும்னு புகழ்ந்தீர். இந்த முக்கியமான விஷயத்தை சொல்லாம மறைச்சுட்டு.

நரசிம்மாச்சாரி: யார் ஸ்வாமி மறைச்சா! நான் உம்மகிட்ட சொல்றதுக்குள்ள குடு குடுன்னு ஜாதகத்தை வாங்கிண்டு சத்தரத்தை புக் பண்ணிட்டீர். அதுக்கு நானா பொறுப்பு?

பாஷ்: இந்த விஷயத்தை முன்னாடியே சொல்லிருக்க வேண்டாமா? உண்மையை மறைக்கிறதும் ஒரு விதத்தில பொய்தானே ஸ்வாமி!

மனைவி: நீங்க வாங்கோன்னா. புள்ளையை பெத்தவாள்ளாம் அப்படித்தான் விதண்டாவாதம் பண்ணுவா. பகலை இருட்டும்பா...

நரசிம்மாச்சாரி: இப்ப என்ன நான் விதண்டாவாதம் பண்ணேன்? நான் விஷயத்தை சொல்ல வரதுக்குள்ளயே...

பாஷ்: *(அதட்டலாக)* பின்ன ஏன் ஜாதகத்தைக் கொடுத்தீர்?

நரசிம்மாச்சாரி: ஏன் என்னை வாயைத் திறந்து கேட்டீராம்!

பாஷ்: நன்னாருக்கே நியாயம்!

நரசிம்மாச்சாரி: என்னய்யா நியாயத்தை கண்டுட்டீர் உங்கடிவில. என்ன வாழறதாம்!

பாஷ்: நான் டி.வி. இல்லை. டி.வி.எஸ்.

ராகவன்: ஸார். நீங்க போங்க ஸார். எங்கப்பா இப்ப ரொம்ப அன்ரீஸனபிளா பேசுவார். அவருக்காக நான் மன்னிப்புக் கேட்டுக்கறேன்.

நரசிம்மாச்சாரி: என்னவோ நியாயம் பேச வந்துட்டாராம்!

பாஷ்: *(துண்டை உதறி)* வாம்மா போகலாம் *(என்று செல்ல)*

நரசிம்மாச்சாரி: *(திரும்பி வந்து)* என்னை அயோக்கியன்னு பட்டம் வாங்கி கொடுத்துட்டே திருப்திதானே!

ராகவன்: என்னப்பா நீங்க, எப்படி எனக்குக் கல்யாணம் ஏற்பாடு பண்ணலாம்! எனக்குக் கல்யாணம் ஆய்டுத்துன்னு எத்தனை தடவை சொல்வேன்!

நரசிம்மாச்சாரி: உனக்கு ஆனது கல்யாணம் இல்லை! உன்மத்தத்தில பேசற நீ! ஒரு பெண்ணைப் பார்த்து அவளை ஏதோ ஒரு சர்க்கார் ஆபீஸுக்கு அழைச்சுண்டு போயி ரெண்டு பேப்பர்ல கையெழுத்து

போட்டுட்டு மாலை மாத்திண்டு போட்டோ எடுத்துட்டா. கல்யாணமா? ஆயிரங்காலத்து பயிருன்னு சொல்வா, கர்ப்பாதானம் சொல்லணும், அருந்ததி பார்க்கணும் தெரியுமா! ஜாதகம் பார்த்து, பொருத்தம் பார்த்து, ஊரைக் கூட்டி, எல்லா மந்திரங்களும சொல்லி, அக்கினி வளர்த்து, அருந்ததி பார்த்து, அதுதான் கல்யாணம். இது ரிஜிஸ்தர் ஆபிஸ்ல பண்ணதெல்லாம் வெறும், வெறும் நாடகம், வேஷம்.

ராகவன்: இப்ப வந்தவர்தான் நல்ல குடும்பம். அந்த சுஷ்மா நல்ல குடும்பம் இல்லைங்கறிங்களா.

நரசிம்மாச்சாரி: நான் அப்படிச் சொல்லலை. ஒரே கம்யுனிட்டி. அதான் முக்கியம்.

ராகவன்: வேற கம்யுனிட்டியில பண்றதில என்னப்பா தப்பு?

நரசிம்மாச்சாரி: சொல்றேன். நீ காத்தால எழுந்திருந்தா. காப்பி கேப்பே. அவ டீ போட்டுக் கொடுப்பா. நீ மோர்க் குழம்பு கேப்பே, அவ மீன் குழம்பு குடுப்பா. நீ விகடன் படிக்கணும்பே, அவ ஜிலேபி ஜிலேபியா எழுதியிருக்கிற பாஷையில படிக்க புஸ்தகம் கேப்பா. உனக்கு மதுரை சோமு பாட்டு பிடிக்கும். அவளுக்கு குலாம் அலிகான் பிடிவாதமா கைக்குழந்தை அழறா மாதிரி பாடறான் பாரு அதுதான் புடிக்கும். நீ நல்லெண்ணை, அவ கடுகெண்ணை. நீ தமிழ். அவ பஞ்சாபி. உங்களுக்குக் குழந்தை பிறந்தா இதுவும் இல்லாம அதுவும் இல்லாம, ரெண்டுங் கெட்டானா 'டாடி முஜே பிசுக்கொத்து வேணும்'ங்கும். காதல் எல்லாம் ஆவியானப்புறம் அதுதான் மிஞ்சியிருக்கும்.

ராகவன்: அதெல்லாம் எங்க ப்ராப்ளம். நீங்க ஏன் கவலைப் படறீங்க?

நரசிம்மாச்சாரி: நான் ஒன் அப்பாடா அதனால்! *(கண்ணைத் துடைத்துக் கொள்கிறார்)* பாசம்! அதனால்!

ராகவன்: டோண்ட் கெட் இமோஷனல். வக்கீல் ஸார். லீகலா ரிஜிஸ்தர் ஆன பொண்ணை, கல்யாணம் ஆன என் மனைவியை அவ வீட்டில ரூம்ல பூட்டி வெச்சு பஞ்சாபுக்கு அழைச்சுண்டு போயிட ஏற்பாடு பண்ணிண்டு இருக்கா. அதைத் தடுக்க என்ன செய்யணும்.

வக்கீல்: பெண்ணுக்கு எத்தனை வயசு?

ராகவன்: இருபத்தொண்ணு.

வக்கீல்: ஃபோர்ஸிபிள் டிட்டன்ஷன்னு போலீஸ் ஸ்டேஷன்ல ஒரு பிராது கொடுத்துட்டா. எஸ் எ லீகல் அஸ்பண்டு. போலீஸ் பந்தோபஸ்தோட அந்தப் பெண்ணை மீட்டுண்டு வரலாம்.

ராகவன்: அதுக்கு ஒரு மனு தயாரிச்சு தரிங்களா?

வக்கீல்: தாராளமா.

நரசிம்மாச்சாரி: ஏன் ஓய் திருமலை, இப்பதான் செத்த முன்னாடி மேரேஜை கான்ஸல் பண்றதுக்கு வழி சொல் லிண்டிருந்தீர். இப்ப என்னடான்னா பையனுக்கு உபாயம் சொல்றீரே! நீர் யார் கட்சி?

வக்கீல்: அது மேரேஜ் ஆக்ட், இது ஸிஆர்பிஸி.

ராகவன்: ஸார் நான் உங்களை வந்து பார்க்கறேன் ஆபிஸ்ல *(உள் செல்கிறான்.)*

நரசிம்மாச்சாரி: இருடா. திருமலை, நீங்க போகலாம். நான் என் அருமுந்தபுத்திரனோட கொஞ்சம் பேசணும். வில் எழுதப் போறேன். அப்ப கூப்பிட்டனுப்பறேன்.

வக்கீல்: என்னைத் தப்பா நினைச்சுக்க கூடாது. லீகல் அட்வைஸ் கேட்டான். சொன்னேன்.

நரசிம்மாச்சாரி: போங்கோ போங்கோ. வக்கீல்கிட்ட விசுவா சத்தை எதிர்பார்க்கிறது முட்டாள்தனம்.

ராகவன்: எதுக்காகப்பா இப்படிப் போட்டு குழப்பறிங்க! என் லைஃப்ல ஏற்கெனவே குழம்பிக் கிடக் கறேன்.

நரசிம்மாச்சாரி: உன்னை வளர்த்து படிக்கவெச்சு ஆளாக்கி வேலைக்கு இவனே ஆவனேன்னு அலைஞ்சு ஒரு அந்தஸ்து கொடுத்ததுக்கு, இதானா நீ செய்யற கைம்மாறு?

ராகவன்: அப்பா. இப்ப வந்தாரே சக்கரவர்த்தி...

நரசிம்மாச்சாரி: பாஷ்யம்.

ராக: பாஷ்யம். அவருக்கும் சுஷ்மாவுடைய அப்பாவுக்கும் என்னப்பா வித்தியாசம்? ரெண்டு பேரும் மீசை. இவரைப் பார்த்தா யாராவது ஐயங்கார்னு சொல்வாளா? ரெண்டு கைலயும் சங்கு சக்குரம் மாதிரி சிகரெட்டு.

நரசிம்மாச்சாரி: அது டவுன் நாகரிகத்துக்காக வேஷம்டா. உதர நிமித்தம் பகுக்ருத வேஷம்னு சொல்வா. ஆனா உள்ளுக்குள்ள ஐயங்கார்டா அவர்.

ராகவன்: எப்படிப்பா? அப்பா, ஒங்களை ஒண்ணு கேக்கறேன். ஐயங்கார்னா யாரு இன்னைய தேதிக்கு? சொல்லுங்கோ. அவன் அடையாளம் என்ன? ராமானுஜர் காலத்துக்கு போகாதீங்க. இன்னைக்கு ஒரு ஐயங்காருடைய அடையாளம் என்ன?

நரசிம்மாச்சாரி: அது ஒரு சம்பிரதாயம்டா.

ராகவன்: என்ன அது? நெத்திக்கு இட்டுக்கறதா? குடுமி வெச்சக்கறா? வீட்டில புடவையை வேற மாதிரி சுத்தறதா? எது, சொல்லுங்கோ.

நரசிம்மாச்சாரி: இதெல்லாம் ரிச்சுவல்ஸ்டா.

ராகவன்: இந்த ரிச்சவல்லையா நான் கல்யாணம் பண்ணிக்கணும்?

நரசிம்மாச்சாரி: இதுக்கு பின்னால இருக்கற அர்த்தங்களைப் புரிஞ்சுண்டு...

ராகவன்: என்ன அர்த்தம்? நீங்கதான் சொல்லுங்களேன் அப்பா. நீங்க நிஜமாகவே ஒரு ஐயங்காரா இருந்தா, இந்த மாதிரி சென்ட்ரல் கவர்மெண்ட்

உத்தியோகம் பாத்திருக்கக் கூடாது. இப்ப ரிட்டயர் ஆனப்புறம்தானே திருமண் சீசுரணம் இட்டுக்கறங்க? உத்தியோகத்தில் இருக்கற வரைக்கும் குடுமியை குல்லாய்ல ஒளிச்சு வெச்சுண்டு, எரால்ட் ராபின்ஸ் படிச்சுட்டு இப்ப பகவத் கதை படிச்சா மறுபடி ஐயங்கார் ஆய்ட்ரா மாதிரியா? உண்மையான ஐயங்காரா இருந்தா, நீங்க காவேரிக்கரையை விட்டுட்டு வந்திருக்கக் கூடாது. அங்க உக்கார்ந்துண்டு அமாவாசை தர்ப் பணம் பண்ணிவெச்சு பகவத் விஷயம் காலட் சேபம்னு மத்தவா கொடுக்கற உஞ்சவிருத்தில சம்சாரம் பண்ணணும்.

நரசிம்மாச்சாரி: அது நடைமுறைக்கு ஒத்துவராது. அதனால காம்பரமைஸ் பண்ணிண்டாச்சு.

ராகவன்: அதைத்தான் சொல்ல வரேன். நீங்க ஆரம்பிச்ச காம்ப்ரமைஸைத்தான் நான் தொடர்ந்து இந்த மாதிரி ஐயங்கார், பஞ்சாபி எல்லாம் முக்கிய மில்லை. மனசுதான் முக்கியமுன்னு...

நரசிம்மாச்சாரி: ரொம்ப கிளவரா பேசிட்டே இப்ப நான் கொஞ்சம் பேசலாமா?

ராகவன்: சரி.

நரசிம்மாச்சாரி: இது எல்லாம் தற்காலிகமான காம்ப்ரமைஸ். மிலிட்டரிகாரன் யூனிஃபார்ம் போல. ஆனா நீ பண்றது கல்யாணம். வாழ்க்கை பூரா கமிட் பண் ணிக்கிற சமாசாரம். கல்யாணம்ங்கறது வாழ்நாள் பூரா வியாபிக்கிற ஒருவிதமான டிஸ்கவரி. உங்கம்மா என்னோட முப்பத்திரண்டு வருஷம் வாழ்ந்தா. உயிர்போற இன்னி வரைக்கும்கூட அவளை நா முழுசா புரிஞ்சுக்க முடியலை. அதுவும் உறவில கல்யாணம் பண்ணிண்டேன். சொந்த அத்தை பொண்ணு. அப்படி அத்தனை க்ளோஸா ஒரே ஜாதி ஒரே குடும்பம்னு பண் ணிண்டாலே இத்தனை சண்டை போட்டோம். இது வேற்று பாஷை. மேரேஜ் ஸ்டேபிளா இருக்காது என்கிற கவலைனால்தானே.

ராகவன்: தாங்க்யு.

நரசிம்மாச்சாரி: என்ன மனசு மாறிட்டியா?

ராகவன்: இல்லை நீங்க சொன்னது இன்னும் எனக்கு எங்க கல்யாணத்தை மணவாழ்க்கையை வெற்றிகர மாக்கணுங்கற சவால்தான் ஜாஸ்தியாறது.

நரசிம்மாச்சாரி: (கோபமாக) ஏன்டா இத்தனை படிச்சு படிச்சு சொன்னா இப்படிக் குருட்டுத்தனமா பேசறியே மரமண்டையாடா நீ?

ராகவன்: இப்ப என்ன பண்ணப் போறிங்க. என்னை வீட்டை விட்டு துரத்துவீங்க அப்படிதானே?

நரசிம்மாச்சாரி: துரத்தறதுக்கு முன்னாடி போய்ட்றேங்கறியா. நான் பொன்னுசாமிக்கு போன் பண்ணா என்ன ஆகும் தெரியுமா?

ராகவன்: வேலை போய்டும்.

நரசிம்மாச்சாரி: வேலை போய்டுத்துன்னா என்ன பண்றதா உத் தேசம்? சைக்கிள்ள லாட்ரி சீட்டு விக்கறதாவா?

ராகவன்: ஏதாவது பண்ணி பிழைச்சுக்கறேன்.

நரசிம்மாச்சாரி: அந்த மாதிரி அப்பன் செய்யமாட்டாங்கற தைரி யத்தில சொல்றே ஏன்டா! இப்படி என் பாசத்தை எக்ஸ்ப்ளாயிட் பண்றே.

ராகவன்: இல்லைப்பா. உங்களுக்கு உண்மை இன்னும் புலப்படலை.

நரசிம்மாச்சாரி: என்ன உண்மை?

ராகவன்: உங்க மகனுக்குன்னு தனிப்பட்ட சிந்தனை இருக் கலாம். அவனுடைய ஐடியாஸ் கட்டாயமா உங்களுடைய ஐடியாஸையே சார்ந்து இருக்க வேண்டியதில்லை. அவனுக்குத் தனி மனசு இருக்கலாம். சிந்தனை, தனி மூச்சு...

நரசிம்மாச்சாரி: தனி வீடா...

ராகவன்: அதுக்கு முன்னாடி என் மனைவியை மீட்கணும். நீங்களாவது வெறும் பேச்சு! அந்தாளானா கத்தி துப்பாக்கின்னு ஆயுதத்திலேயே பேசிக்கிட்டு இருக்காரு.

நரசிம்மாச்சாரி: ராகவா நான் பேச்சு மட்டும்தான்னு நினைச்சுண் டிருக்கே. எனக்கு இருக்கற பிடிவாதம் உனக்குத் தெரியாது. ஒரு வார்த்தை என் தம்பியைப் பற்றி சொன்னான்னு உங்கம்மாவோட ரண்டு வருஷம் பேசாம இருந்தேன். தெரியுமோல்லியோ!

ராகவன்: எனக்குத் தம்பியே கிடையாது. அதனால் எங்களுக்குள்ள அந்த ப்ரச்னை வராது.

நரசிம்மாச்சாரி: அப்ப தீர்மானிச்சுட்டியா?

ராகவன்: ஆமாப்பா.

நரசிம்மாச்சாரி: உங்கப்பனை மீர்றதுன்னு.

ராகவன்: ஆமாப்பா.

நரசிம்மாச்சாரி: போடா. பொட்டி படுக்கையெல்லாம் எடுத் துண்டு இந்த ஷணமே வீட்டை விட்டுப் போ. எனக்குப் புள்ளையில்லைன்னு கயைல ச்ராத்தம் பண்ணிர்றேன்.

ராகவன்: இதை நான் எதிர்பார்த்தேன்.

நரசிம்மாச்சாரி: *(கோப மிகுதியால்)* பொன்னுசாமிக்கு போன் பண்ணி நீ என் பிள்ளையே இல்லன்னு சொல் லிடறேன்.

ராகவன்: நானே அவருக்கு போன் பண்ணி வேலையை விட்டுர்றேன்பா. அதுக்குள்ள எனக்கு வேற வேலை கிடைக்கும். இல்லை டிகிரி சர்ட்டிபி கேட்டும் உங்க தயவில வாங்கனது, அதனால அதையும் திருப்பிக் கொடுக்கணுமா?

நரசிம்மாச்சாரி: தகப்பனாரோட பேசற பேச்சா இது!

ராகவன்: மகனோட பேசற பேச்சா இது!

நரசிம்மாச்சாரி: போடான்னா. எம் மூஞ்சில கொஞ்ச நாள் முழிக் காதே, போ. போய்டு.

ராகவன்: போறேன். இந்த நிமிஷமே போறேன். *(கையில் இருந்த வாட்சை கழற்றி மேசை மேல் வைக் கிறான். மோதிரத்தைக் கழற்றி வைக்கிறான்.)* எல்லாம் நீங்க வாங்கிக் கொடுத்தது. *(ஸாஷ்டாங் கமாக நமஸ்கரிக்கிறான். அவர் பிரமிப்புடன் பார்த்திருக்க வெளியேறுகிறான். கொஞ்ச நேரம் கழித்து உள்ளே வந்து செருப்பைக் கழற்றி வைத்து விட்டுப் போகிறான்.)* சட்டை என் சம்பாத்தியத்தில வாங்கினது.

(அவன் செல்ல மேடையில் ஒளி மயங்கி அதன் மற்றொரு பகுதியில் ஒளி பெருகுகிறது. குருநானக்கின் படம் மாட்டியிருக்கிறது. ஒரு சோபாசெட்டில் தலையைப் பிடித்துக் கொண்டு கோவிந்தசிங் உட்கார்ந்திருக்க அவன் மனைவி சுர்ஜித்கவுர் பெட்டியில் தன் பெண்ணின் துணிகளை அடுக்கிக் கொண்டிருக்கிறாள். பக்கத்தில் ஒரு சன்னல் தெரிகிறது. அதன் பக்கம் சுஷ்மா கண்ணீருடன் உட்கார்ந்திருக்க காட்சி ஆரம்பத்தில் அவளை அடித்துவிட்டு)

மனைவி: மெட்ராஸ் வேண்டாம் சொன்னேன். இப்ப பஞ்சாப் போனா அங்க இருக்கறவங்க நம்மை மத்ராஸிம்பாங்க. எதுக்காக வந்தேம்பாங்க. பஞ்சாபிகூடத் தெரியாது. என்ன செய்வேன். *(அவள் போகிறபோக்கில தலையில் நெத்து கிறாள்).*

சுஷ்மா: பாப்பாஜி, முஜே ஜானே தீஜியே பாப்பாஜி.

(தாய் அவளை அடிக்க சுஷ்மா எந்தவிதச் சலனமுமில்லாமல் அடி தாங்கிக் கொண்டிருக்கிறாள்.)

சிங்: சுப் *(அதட்டல்)*

மனைவி: இந்த ஊர்லயே மாப்பளை கிடைக்கமாட்டனா. உஜாகர்சிங் மகன் பப்லு, ஸார்துல் சிங் மகன் ஜக்கா...

சிங்: அவங்களுக்கெல்லாம் தெரிஞ்சு போச்சு.

சுஷ்மா: பாப்பாஜி முஜே மாப் கர்னா. முஜே உன்கே பாஸ் ஜானே தீஜியே பாப்பாஜி *(எழுகிறாள்.)*

சிங்: அலெ சுப் ரஹோ, வர்ணா கோலி மார்துங்கா. *(அவள் தலையைப் பிடித்து கூந்தலைப் பிடித்து உலுக்குகிறான்.)* நமக் ஹராம்.

மனைவி: பஞ்சாப் போயி அவங்களுக்கும் தெரிஞ்சு போச்சுன்னா...

சுஷ்மா: பாப்பாஜி ஐ டோண்ட் வாண்ட் டு கோ டு பஞ்சாப் ப்ளீஸ் பாப்பாஜி.

சிங்: தெரிஞ்சு போச்சுன்னா அங்கயே 'குவான்' இருந்தா கிணறு இருந்தா தள்ளி சாவடிச்சுரு. சாவு கிராக்கியா வந்து பொறந்திருக்குது பாரு *(அடிக்கிறான்.)*

சுஷ்மா: நான் என்ன தப்பு பண்ணேன்?

மனைவி: பேட்டி, உனக்கு சர்தார்ஜி பையன் கிடைக்கலை, ஒரு தயிர் வடைசாமியை புடிச்சியா! நல்லா இருப்பியா! அப்பா அம்மா வவுத்தெரிச்சலை கொட்டிக்கிறயே! களுதை, களுதை *(மொத்து கிறாள்.)*

சுஷ்மா: ஐ லவ் ஹிம் பாப்பா.

மனைவி: லவ்வாம்! காலேஜ் சேர்க்க வேண்டாம், பெண்ணுக்குப் படிப்பு போதும், கல்யாணம் பண்ணி துரத்திரலாம்னு சொன்னேன். இல்லை. கேட்டியா! இப்ப துப்பாக்கியைத் தூக்கினா க்யா ஃபாய்தா? கொல்லப்போறியா? என்னையும் சேர்த்து கொன்னுரு, நிம்மதி. அப்பறம் தின்பர் டயரையே கட்டிக்கிட்டு அளு.

சிங்: சுப்.

(வாசலில் ஸார் என்ற சப்தம் கேட்கிறது.)

சிங்: யாரு?

குரல்: கோவிந்தசிங் வீடு இதுதானா? அகால் கால்ஸா மோட்டார்ஸ்?

சிங்: ஆமா, நீங்க யாரு?

குரல்: போலீஸ்.

தாய்: அய்யோ, இவ இல்லன்னு சொல்லிரலாம்.

சிங்: *(சட்டென்று தலைப்பாகைத் துணியை அவிழ்த்து பெண்ணைத் தரதரவென்று இழுத்துக் கொண்டு செல்லும்போது, அவள் வாயில் துணியை அடைத்து ஒரு அறைக்குள் செலுத்தி விடுகிறான். சற்றும் எதிர்பாரா மூர்க்கத்தனமான செயல்)* சத்தம் போட்டா சுட்டுருவேன். *(அதன் பின் தாய் கண்ணீரைத் துடைத்துக் கொள்ள அவன் வாசலுக்குப் போய் சற்று நேரத்தில் இன்ஸ்பெக்டருடன் வருகிறான்.)*

இன்ஸ்பெக்டர்: ஐம் இன்ஸ்பெக்டர் செல்வகுமார். இங்க சுஷ்மான்னு ஒரு பொண்ணு இருக்கிறாங்களா?

சிங்: இல்லையே, ஏன்?

இன்ஸ்பெக்டர்: அவங்ககூட பேசணும். எங்க போயிருக்காங்க? உங்க டாட்டரா?

சிங்: எதுக்குப் பேசணும்?

இன்ஸ்பெக்டர்: அவங்களை இஷ்டமில்லாம பூட்டி வெச்சிருக்கிறதா அவங்க அஸ்பண்டுட்டருந்து புகார் வந்திருக்குது.

சிங்: வேற யாரோ சொல்றீங்க. எம் பொண்ணுக்குக் கல்யாணம் ஆகலை.

இன்ஸ்பெக்டர்: இந்த சர்ட்டிபிகேட்டில உங்க பேரு, அப்பா பேரு எல்லாம் தெளிவா இருக்குதில்லை. இது சட்டப்படி செல்லுபடியாகிற கல்யாண சர்ட்டிபிகேட். ரிஜிஸ்தர் பண்ண மேரேஜ்.

சிங்: இப்ப அவ ஊர்ல இல்லை.

இன்ஸ்பெக்டர்: எங்க போயிருக்குது?

சிங்: அம்ருத்ஸர் போயிருக்குது.

இன்ஸ்பெக்டர்: எப்ப வரும்?

சிங்: தெரியாது. ஒரு வருஷம் ஆகும்.

இன்ஸ்பெக்டர்: *(கீழே கிடக்கும் நகையை எடுத்து)* இது யாருதுங்க?

மனைவி: இது என்னுது.

இன்ஸ்பெக்டர்: *(அங்கிருந்து மெல்ல சுஷ்மா போன பாதையில் இறைந்திருக்கும் அவள் துண்டு வளையல் எடுத்து)* ரத்தத்துளி! எனக்கு என்னமோ மிஸ்டர் சிங், உங்க டாட்டர் இங்கதான் இருக்காங்கன்னு பட்சி சொல்லுது. மிஸ்டர் சிங், எதுக்கு வம்பு? பேசாம அவங்களை வெளிய கூட்டி வந்துருங்க. ஒரே ஒரு கேள்வி கேக்கணும்!

சிங்: என்ன கேள்வி?

இன்ஸ்பெக்டர்: கேக்கறப்ப தெரிய வரும். கொண்டு வாங்க.

(சிங் துப்பாக்கியை எடுக்க)

இன்ஸ்பெக்டர்: ஸ்டாப் இட் மேன். நல்லதனமா சொன்ன கேக்கமாட்டல்ல! நீ துப்பாக்கி எடுத்தா நான் துப்பாக்கி எடுக்கமாட்டேனா! பத்து பேர் ரைஃபிளோட கூட்டி வந்திருக்கேன் தெரியுமில்லே.

சிங்: யாரு சுடறதா சொன்னாங்க. துப்பாக்கியை சுவத்தில மாட்ட எடுத்தேன்.

இன்ஸ்பெக்டர்: பெண்ணைக் கூப்பிடு சீக்கிரம்.

(இதற்குள் கதவு தட்டப்படும் சப்தம் கேட்க)

அம்மா: ஆதி ஹூம் *(என்று கதவைத் திறக்க சுஷ்மா கலைந்த தலையுடன் வெளியே வருகிறாள்.)*

தாய்: சுஷ்மா பேட்டி, ஆராம் கரோனா! ஸாப்ஸே ஜாதா மத் போல்னா.

சுஷ்மா: சரி மம்மி.

சிங்: பேட்டி என் செல்லம்தானே நீ! ஒன்னை நான் சின்ன வயசிலிருந்து படிக்க வெச்சு வேண்டியது கொடுத்திருக்கனில்லை?

சுஷ்மா: (தலையாட்டி) ஹான் அப்பாஜி.

இன்ஸ்பெக்டர்: உங்க பேர்தான் சுஷ்மாவா?

சுஷ்மா: ஆமாம்.

இன்ஸ்பெக்டர்: உங்களுக்கு ராகவன்ங்கறவரை தெரியுமா?

அம்மா: தெரியாது, சொல்லு பேட்டி, தெரியாது.

சுஷ்மா: தெரியும். அவர் என் கணவர்.

இன்ஸ்பெக்டர்: அவர் கம்ப்ளெயிண்ட் கொடுத்திருக்கிறார். உங்களை இவங்க பலாத்காரமா அடைச்சு வெச்சிருக்கிறதா! உண்மையா?

சுஷ்மா: உண்மை இன்ஸ்பெக்டர். என்னை என் அஸ்பண்டுகிட்ட கூட்டி போங்க. இந்த இடத்தில நான் ப்ரிஸனர். ரெண்டு பேரும் என்னை அடிச் சாங்க கையால கீறினாங்க, சூடு போட்டாங்க. பாருங்க (கையைக் காட்டுகிறாள்.) நாலு நாள் சப்பாத்தி சோறு போடாம கதவை அடைச்சு வெச்சிருந்தாங்க. என்னை எல்லா விதத்திலும் சித்ரவதை பண்றாங்க. என் சொந்த அப்பா அம்மா இவங்க? பிசாசுங்க!

சிங்: பாத்திங்களா பெத்து வளர்த்த பெண்ணு சொல் றதை.

இன்ஸ்பெக்டர்: ஸாரி சட்டப்படி நான் இந்தப் பெண்ணை அவங்க அஸ்பண்டுகிட்ட கொண்டுவிட்டே ஆகணும். சுஷ்மா உங்க டேட் ஆஃப் பர்த்க்கு அத்தாட்சியா சர்ட்டிபிகேட் இருக்குமா?

சுஷ்மா: எஸ்.எஸ்.எல்.சி. சர்ட்டிபிகேட் இருக்குங்க.

இன்ஸ்பெக்டர்: அதை காட்டினிங்கன்னா...

(பெட்டி படுக்கையைப் பார்க்கிறார்.)

சிங்:	இது என்ன எங்க புறப்படறாப்பல.
சுஷ்மா:	என்னைக் கட்டாயமா அம்ருத்ஸருக்கு அழைச் சிட்டுப் போய் கல்யாணம் பண்ணி வெக்க முயற்சி பண்ணினாங்க...
இன்ஸ்பெக்டர்:	சட்ட விரோதங்க.
சிங்:	சுஷ்மா பேட்டி என்னை மன்னிச்சுரு. மாப் கர்னா நாங்க உன்னை அடிச்சது தப்பு, திட்டினது தப்பு, ஆனா அந்த நாமக்காரப் பையன்கூட ரிஸ்தா வேண்டாம். நம்ம பையனா பார்த்து பண்ணிக்க. இல்லை ரொம்ப வருத்தப்படுவே.
அம்மா:	சுஷ்மா பேட்டி என் தங்கமில்லை?
சுஷ்மா:	எனக்குக் கல்யாணம் ஆயிருச்சு. அஸ்பண்ட் வீட்டுக்கு போகணும். அவர் வந்திருக்கிறாரா?
இன்ஸ்பெக்டர்:	வந்திருக்கார். வாசல்ல ஜீப்பில உக்காந்திருக் காரு.
சிங்:	பத்மாஷ்? *(என்று துப்பாக்கியை எடுக்க)*
இன்ஸ்பெக்டர்:	மிஸ்டர் சிங், இது பஞ்சாப் இல்லை, தமிழ்நாடு. இங்க இந்த மாதிரி துப்பாக்கி கலாட்டாவெல் லாம் கூடாது. எங்களுக்குத் தாங்காது. உங்க ளுக்கு எந்தவிதமான உரிமையும் இல்லை. இவங்க ரெண்டு பேரும் அவங்க லைஃபை அமைச்சுக்க உரிமையுள்ளவங்க. அதனால கலாட்டா பண்ணாம...
சிங்:	*(கேட்காமல்)* பத்மாஷ் ஹராம் ஜாதே *(என்று புறப்பட)*
இன்ஸ்பெக்டர்:	கான்ஸ்டபின் கொஞ்சம் சர்தார்ஜியை புடிப்பா என்று இரண்டு கான்ஸ்டபிள் அவனைப் பிடித்து அமுக்க அவன் திமிர, அவன் துப்பாக்கி பிடுங்கப் பட்டு அவனைக் கீழே தாழ்த்துகிறார்கள்.
	நல்லபடியா சொன்னா கேக்கமாட்டியே சிங்கா? ஏம்மா சுஷ்மா, சீக்கிரம் போய் ஜீப்ல ஏறிக்க.

உங்கப்பா சுட்டாலும் சுட்டுருவாரு. கோவிந்த சிங்ஜி வரேன்.

சிங்: *(தன் இடுப்பு வேஷ்டியைச் சரிசெய்து கொண்டு)* பேட்டி, இப்படி என்னை அவமானப்படுத்திட்டியே? உன்னை கந்தேபே உட்டாக்கே எத்தனை லோரி பாடிருக்கேன்! *(பஞ்சாபியில் தாலாட்டு பாடுகிறான்.)*

எனக்கு அடிவாங்கி வெச்சுட்டியே பேட்டி *(எழுந்திருக்க கண்ணைத் துடைத்துக் கொள்கிறான். முழுவதும் தோற்றவனின் ஆயாசம் அவன் தோற்றத்தில் தெரிய)*

மனைவி: *(அழுகிறாள்)* எத்தனை செல்லமா வளர்த்தோம். இந்த மாதிரி செய்துருச்சே. சுஷ்மா, சுஷ்மா.

சிங்: நாய் வளர்த்திருக்கலாம். இனிமே நாய் வளர்க்கலாம். எனக்குங்க பெண்ணு செத்து போச்சு. இனிமே என் தம்பி மக பூனம் அவளைக் கூட்டி வந்து வளர்க்கலாம். சுஷ்மா செத்து போச்சு! பாவிப்பொண்ணு!

சுஷ்மா: *(உணர்ச்சி ஏதும் காட்டாமல் நிமிர்ந்து நடக்கிறாள்)* வாங்க இன்ஸ்பெக்டர்.

(தாய் தந்தை இருவரும் பெஞ்சில் உட்கார்ந்து கொண்டு கன்னத்தில் கைவைக்க, ஒளி மங்க)

காட்சி 3

சென்ற காட்சியின் நிகழ்ச்சிகள் நிகழ்ந்து ஏறத்தாழ ஆறு மாசம் ஆனபின் ராகவன், சுஷ்மா இருவரும் வாடகைக்குத் தங்கியிருக்கும் ஒரு எளிய ஃப்ளாட் ஒரே ஒரு மோடா, ஒரு தகர நாற்காலி இத்தனைதான் ஃபர்னிச்சர். சுவற்றில் இரண்டு படம் மாட்டியிருக்க வேண்டும். ஒரு ஓரத்தில் குரு நானக் மற்றொரு ஓரத்தில் திருப்பதி பெருமாள்.

ராகவன்: *(காக்கி சட்டையுடன் வருகிறான். அவன் பாண்ட் கிழிசல். இடது கையில் பாண்டேஜ். பையைக்*

கீழே எறிந்துவிட்டு மோடாவில் உட்காருகிறான். அதான் உபத்திரத்தினால் தடுமாறி விழ இருந்து சமாளித்துக் கொண்டு) மோடாகூட ஏழை! என்னம்மா என்னோட ஒரே சொத்து எப்படி இருக்கிறே டார்லிங் ஊச்சி கூச்சி.

சுஷ்மா: வாய்ண்டு வந்துட்டேளா.

ராகவன்: நை மிலா கல் வாபஸ் ஜானா ஹை.

சுஷ்மா: விலை உசர்றதுன்னாங்க.

ராகவன்: மத்லப்?

சுஷ்மா: உசர்றதுன்னா தெரியாது தாம் பட்னா.

ராகவன்: (தலையில் தட்டிக்கொண்டு) ஆறு மாசத்தில ரெண்டு காரியம் சாதனை நடந்திருக்கு. உனக்கு அய்யங்கார் பாஷை. எனக்கு சேட் பாஷை வந்தாச்சு.

சுஷ்மா: நாம மாறிட்டோம். அப்பாக்கள்தான் மாறலை.

ராகவன்: ஓயி தோ முஸீபத்னா.

(மெல்ல ரங்கய்யங்கார் வருகிறார்.)

சுஷ்மா: வாங்கோ ரங்கய்யங்கார்.

ரங்க: ராகவா தனியா வந்துட்டியா. சந்தோஷம் கைல என்ன கட்டு.

ராகவன்: அது வந்து அடி பட்டுடுத்து...

ரங்க: ஓங்க அப்பதான்... பார்க்க வந்தானோ?

ராகவன்: இல்லை மாமா. அப்பாவுக்குக் கோபம் இன்னம் ஆறலை.

ரங்க: நீங்க இந்த மாதிரி வாழைப்பட்டை உரிச் சிண்டிருக்கறது தெரியுமா (சுற்றிலும் பார்த்து) என்ன இது குடிசை மாற்று வாரியம் மாதிரி இருக்கு. வீடு எத்தனை வாடகை?

ராகவன்: எத்தனையா இருந்தா என்ன? வாடகை பாக்கி மாமா.

ரங்க: உங்கப்பாவுக்கு தெரியுமா? இப்படி நீங்க கந்தலா வாழறது. என்ன குடும்பம். எத்தனை பெரிய வீடு.

ராகவன்: தெரியும்னு நினைக்கிறேன்.

ரங்க: தெரியாம இருக்குமா என்ன? அலமேலு உங்கப்பா சிங்கம், தாடி வந்தானா? இன்னும் கோவிச்சுண்டு மோட்டுவளையைப் பார்த்துண்டு இருக்கானா?

சுஷ்மா: எங்கப்பாவுக்கும் கோபம்தான். இதுவரை பார்க்க வரலை. எங்களுக்கு மனசு ரொம்ப வருத்தமா இருந்துச்சு. எத்தனையோ முறை சொல்லிப் பார்த்து விட்டுட்டோம்.

ராகவன்: ஏ தக்தீர்கா கேல் ஹை.

ரங்க: என்னது என்னோட இந்தில பேசிண்டு.

ராகவன்: பழகிடுத்து மாமா ஸாரி.

ரங்க: ராகவா உங்கப்பாதான் பிடிவாதமாக இருக்காரே தவிர எனக்கென்னவோ இதில ஏதும் தப்பா தெரியலை. இந்த பொண்ணு என்ன நன்னா நம்மூர் தளிகை பண்றா போலருக்கே. *(அவள் கொண்டு வந்த பக்கோடாவை ருசி பார்க்கிறார்.)* எம்மாடி மெத்து மெத்துன்னு ஒரு பக்கோடா காரமா சட்னியோட இது என்ன பட்சணம்?

சுஷ்மா: மாமா இது வந்து சிக்கன் டீக்கா.

ரங்க: *(வாயைப் பொத்தி)* அச்சோ மாம்சமா அபச்சாரம்! அபச்சாரம்! ஆனா யோசிச்சுப் பார்த்தா வேத காலத்தில ரிக் வேதத்ல இதெல்லாம் சாப்ட லாம்னுதான் சொல்லிருக்கு. *(மற்றொன்று சாப்பிடுகிறார்)* அப்பா இதுவரைக்கும் ஒரு பைசா கொடுக்கலை.

ராகவன்: இல்லை.

ரங்க: நீயாவே சமாளிச்சிண்டிருக்கியா?

ராகவன்: ஆமாம்.

ரங்க: என்ன உத்தியோகம்?

ராகவன்: அப்பாட்ட சொல்லாதிங்கோ. ஆட்டோ ரிக்ஷா ஓட்டறேன்.

ரங்க: என்னது நரசிம்மாச்சாரி பையன், குடவாசல் சுந்தர்ராஜய்யங்கார் பேரன் ஆட்டோ ஓட்டற தாவது.

ராகவன்: ஏன் அதுக்குன்னு ஸ்பெஷல் சார்ஜ் வாங்க லாம்னு பார்க்கறேளா முடியாது.

ரங்க: என்ன அநியாயம்டா இது? அங்கயானா உங்கப்பன் நோட்டை எண்ணிண்டு மபத்லால்லயும் டாட்டாலயும் ஷேர் போட்டுண்டிருக்கார்.

ராகவன்: மாமா உங்களுக்கு இருக்கிற மன தாராளம்கூட எங்கப்பாவுக்கு இல்லை.

ரங்க: எனக்கு இந்த மாதிரி சிக்கல் வரலையே அதனால தான் மனதாராளம்.

ரங்க: என்ன ஒனக்கு பணம் ஏதாவது வேணுமா. எங்கிட்ட பத்து ரூபா இருக்கு. *(கொடுக்கிறார்)*

ராகவன்: பத்து ரூபா கூட இப்ப பெரிசாத்தான் இருக்கு மாமா.

சுஷ்மா: ராகு ப்ளீஸ்.

ராகவன்: வேண்டாம் வெச்சுக்கங்கோ. உங்க ஆசீர்வாதம் இருந்தா போறும். மெதுவா கொஞ்சம் கொஞ்சமா எங்கப்பாக்களுடைய கோபம் கரைஞ்சா நல்லது. இல்லைன்னாலும் தட்ஸ் ஆல்னு.

ரங்க: ரொம்ப விரக்தியா இருக்கிறேப்பா.

ராகவன்: காதல்ங்கறது ரொம்ப வில ஜாஸ்தி மாமா. தனியா வாழ்க்கை நடத்திறதில இத்தனைச் சிக்கல் இருக்கும்னு கஷ்டம் இருக்கும்னு நான் எதிர்பார்க்கலை. ஏதோ பழைய வேலை போனா புதுவேலை கிடைச்சுரும்னு இருந்தேன்.

ரங்க: பழைய வேலை என்ன ஆச்சு?

ராகவன்: அப்பாதான் சொல்லி கான்ஸல் பண்ணிட்டார்.

ரங்க: ரொம்ப கிராதகனா இருப்பார் போல இருக்குதே.

ராகவன்: இதாவது பரவால்லையே. இவ அப்பா பண்ற கலாட்டா அந்த ஆள் என்னை ஒருநாள் ஆள் வெச்சு அடிச்சுட்டார். பஸ் ஸ்டாண்டில மொத்து மொத்துன்னு மொத்தி முழங்கையெல்லாம் வளைச்சு இப்போகூட கை சரியா தூக்க முடியலை. வீடு மூணு தடவை மாத்திட்டேன். நாங்க கல்யாணம் பண்ணிண்டது உலகத்துக்கே கோபம் போல இருக்கு. இத்தனை கோபத்தின் மத்தில காதல் பண்ணி என்ன கிழிச்சோம்னு ஆத்திரமா வருது. போதாக்குறைக்கு..

ரங்க: போதாக்குறைக்கு.

ராகவன்: மாமா விட்டுருங்கோ. வேற கவலை அது. நீங்க ஒருத்தர்தான் உண்மையான நண்பர் மாதிரி வந்து போயிண்டிருங்கோ. பையன் சௌக்கியமா இருக்கானான்னு கேட்டா ரொம்ப சந்தோஷமா இருக்கான்னு சொல்லுங்கோ.

ரங்க: கேக்கறதே இல்லை உங்கப்பா.

சுஷ்மா: நீங்க சொல்லுங்க உண்மையை.

ரங்க: வரட்டுமா. அதுக்குபேர் என்ன சொன்னே பக்கோடாவுக்கு.

சுஷ்மா: சிக்கன் தீக்கா.

ரங்க: இன்னும் இருக்குமா? *(போகிறார்)*

(அவர் சென்றதும்) என்ன ஒரே ஒரு நல்லவர்

ராக : என்ன சுஷ்மா டாக்டரைப் பாத்தியா?

சுஷ்மா: பார்த்தேன்.

ராகவன்: என்ன சொன்னார்?

சுஷ்மா: ப்ச்...

ராகவன்: ப்ச்சுன்னா?

சுஷ்மா: கன்ஃபர்ம் பண்ணிட்டாங்க.

ராகவன்: (மோடாவில் தலையைப் பிடித்து உட்கார்ந்து கொண்டு) அய்யோ இத்தனை சீக்கிரமா! கிருஷ்ணா!

சுஷ்மா: ஐம் ஸாரி ராகு.

ராகவன்: நான்தான் ஸாரி சொல்லணும். கேர்ஃபுல்லா இருந்திருக்கணும்.

சுஷ்மா: வேணான்னா கலைச்சுரலாம்னு சொன்னாங்க. ஒரு வாரத்துக்குள்ளாக சொல்ல சொன்னாங்க.

ராகவன்: எத்தனை ஆகுமாம்?

சுஷ்மா: நிறைய.

ராகவன்: எத்தனை?

சுஷ்மா: ஆயிரம்.

ராகவன்: நகை ஏதாவது இருக்குதா?

சுஷ்மா: இல்லை. எல்லாத்தையும் வைச்சாச்சு. முதலாளி கிட்ட கேட்டா கொடுப்பாரா?

ராகவன்: இதுவரைக்கும் வாங்கியாச்சே!

சுஷ்மா: பைத்தியக்கார சனங்க நாம. பாகல் ஹை யார்?

ராகவன்: ஏன்?

சுஷ்மா: ரெண்டு அப்பாங்களும் கொள்ளையா பணம் வச்சிருக்காங்க. ஆயிரம் ரூபாய்க்கு சிங்கி. எங்க

வீட்டில வீடியோவுக்கே மாசம் ஆயிரம் ரூபா ஆகும்.

ராகவன்: எங்கப்பா புஸ்தகமே ஆயிரம் ரூபாய்க்கு வாங்கு வார்.

சுஷ்மா: இந்த மோதிரம் பாக்கி இருக்குது.

ராகவன்: கல்யாண மோதிரம் விக்கவேண்டாம்.

சுஷ்மா: *(யோசித்து)* ஏதாவது சினிமாவில வர்றாப்பல டிராமாட்டிக்கா பண்ணலாமா ராகு?

ராகவன்: என்ன?

சுஷ்மா: உலகத்துக்கு ஒரு லெட்டர் எழுதி வெச்சுட்டு

ராகவன்: சமுத்திரத்தில கலந்துரலாமா?

சுஷ்மா: இல்லை. மகாபலிபுரத்தில போய் லைட் அவுஸ் லருந்து குதிக்கலாமா?

ராகவன்: ரெண்டும் வேண்டாம். வேர்க்கடலை சாப்பிட லாம். *(பையிலிருந்து எடுக்கிறான்.)*

சுஷ்மா லெட்ஸ் ஹேவ் தி பேபி. இப்ப என்ன பண்ண போறோம்.

சுஷ்மா: மாட்டம்பா. குளந்தை வேண்டாம். வேண் டவே வேண்டாம். நம்ம ரெண்டு பேத்தையுமே சமாளிக்க முடியல. அதனால எங்கயாவது ப்ரெண்ட்ஸ்கிட்ட வாங்கி கடன் வாங்கி இல்ல எங்கயாவது ஸேல்ஸ் வேலைக்கு போறேன். ரெடிமணி ஷாப்பில.

ராகவன்: நானும் தலையால தண்ணி குடிச்சாவது பணம் புரட்டிர்றேன்.

சுஷ்மா: அப்பாங்களைக் கேக்க வேண்டாம்.

ராகவன்: அப்பாங்களைக் கேக்க வேண்டாம்.

(கொஞ்ச நேரம் மவுனத்துக்குப் பிறகு) பாவம் இல்லை?

சுஷ்மா: யாரு?

ராகவன்: அது

சுஷ்மா: ப்ச். முதல்ல நாமதான் பாவம் இதைப்பத்தி ஸெண்ட்டிமெண்டே வேண்டாம்.

ராகவன்: அப்பாவைக் கேட்டா குடுத்துருவாரு.

சுஷ்மா: யார் யாரு கேட்டு பணம் குடுத்தாலும் குழந்தை பெத்துக்கறதா இல்லை. இட்ஸ் டூ எர்லி.

ராகவன்: அதானே! ஐ வில் கெட் தி மணி, கவலைப் படாதே! மோதிரத்தை வித்துரலாமே. இதில என்ன ஸெண்டிமெண்ட். நான் என்ன பண்றேன். முதல்ல ராமனாதன்கிட்ட போய் கேக்கறனே. அவன்கிட்டதான் இது வரைக்கும் கடன் வாங்கலை. இந்தா அதைக் கொண்டு போய் உள்ள வை.

(சுஷ்மாவிடம் தன் பையைக் கொடுக்கிறான்)

சுஷ்மா: *(அதில் இருக்கும் புத்தகத்தை எடுத்து)* என்ன மறுபடியும் புஸ்தகமா?

ராகவன்: *(சட்டென்று உணர்ந்து)* அது வந்து...

சுஷ்மா: *(அந்தப் புத்தகத்தைப் பார்க்கிறாள்)* பேபி அண்ட் சைல்டு கேர்.

ராகவன்: அதுவந்து அதுவந்து...

சுஷ்மா: *(அவனைப் பார்த்து முறைக்கிறாள்)*

ராகவன்: அதுவந்து *(மறுபடி அசடு வழிகிறான்)* வரப்ப பழைய புஸ்தகக் கடையில பார்த்தேன்.

சுஷ்மா: புதுசா இருக்கே! பில்லுகூட இருக்கே ராகு. சொல்லு யு வாண்ட் தி சைல்டு?

ராகவன்: இல்லை. சுஷ்மா இதைக் கேக்க எனக்கு உரிமையே இல்லை.

சுஷ்மா: பின்ன இந்தப் புஸ்தகம்?

ராகவன்: ஒருவேளை டாக்டர் மாட்டேன்னு சொல்லிட் டார்னா.

சுஷ்மா: தலையை நெற்றியைச் சுருக்கிக் கொண்டு எனக்குக் கூட சிலவேளையில் கஷ்டமாத்தான் இருக்கு. கில்ட்டியாத்தான் இருக்கு ராகு. உனக்கு ஏதாவது லாட்டரி விழட்டுமே. இல்லை...

ராகவன்: லெட்ஸ் நாட் கெட் இமோஷனல். தீர்மானிச்சது தீர்மானிச்சதுதான் அலமாரியில் புத்தகத்தை எடுத்து வைக்கப் போகும்போது, இது என்ன? பேபி அண்ட் சைல்டு கேர்.

சுஷ்மா: அதே புக்ஷாப்! அதே புஸ்தகம் (வெட்கப்படு கிறாள்)

ராகவன்: அப்பன்னா உனக்கும் உள்ளுக்குள்ள இஷ்ட மில்லை!

சுஷ்மா: (மௌனம்)

ராகவன்: நம்மைப் போல பைத்தியம் உலகத்திலேயே இருக்க முடியாது. கல்யாணம் ஆகி அனிவர் ஸரிக்குள்ள பேபி அண்ட் சைல்டு கேர்! ஹனிமூன் கூட ஆகலை இன்னும்.

காட்சி 4

சென்ற காட்சிக்கு ஆறு மாதம் கழிந்த பின் ஒரு ஆஸ்பத்திரியின் முன்னறை மேலே குழந்தை படங்கள் ஏராளமாக மாட்டியிருக்க ராகவன், டாக்டர் சத்யவதியிடம் பேசிக் கொண்டிருக்கிறான்.

டாக்டர்: என்னங்க! அப்பப்ப செக்கப்புக்கு வராம இப்ப கழுத்தறுக்கிறீங்க. ரொம்ப அனீமிக்கா இருக் காங்க. கடைசி சமயம் வலி எடுக்கற வரைக்கும் வீட்டு வேலை பண்ணிருக்காங்க. வீட்டில வேலைக்காரங்க, பேரண்ட்ஸ் இல்லையா?

ராகவன்: இல்லை டாக்டர். இப்ப எப்படி இருக்கா?

டாக்டர்: வெரி வீக். ரொம்பக் கஷ்டமா இருக்குது. ஸ்கான் பண்ணலையா. அப்புறம் ப்ரக்னன்ஸிம் போதே சில தடுப்பு ஊசிகள்ளாம் போட்டிங்களோ.

ராகவன்: இல்லை.

டாக்டர்: *(கோபத்துடன்)* என்னங்க நீங்க! ரேடியோவில, டிவில மாத்திமாத்தி விளம்பரம் பண்றாங்க நீங்க படிச்சவர்தானே.

ராகவன்: அதெல்லாம் செய்ய ஆசைதான். காசு இல்லைங்க.

டாக்டர்: நாங்கள்ளாம் காசு இல்லாம வைத்தியம் பார்க்க மாட்டோம்னு யார் சொன்னாங்க. முன்னாலயே சொல்லித் தொலைச்சிருக்கக் கூடாதோ. கொட்டு வாய்ல கொண்டு வந்துட்டு நிறைய ப்ளட் தேவைப்படுது. இவங்க அப்பாவைக் கூப்பிடுங்க.

ராகவன்: அவங்க வரமாட்டாங்க.

டாக்டர்: ஏன் வேற ஊரா?

ராகவன்: வேற ஜாதி.

டாக்டர்: புரியது. என்னவோ செய்ங்க. ஏ பாஸிட்டிவ் ப்ளட். ஒரு மூணு பாட்டில் தேவைப்படுது. வாங் கிட்டு வந்துருங்க. உங்களைப் போல பொறுப் பில்லாத புருசனைப் பார்த்ததில்லை. *(சிஸ்டர் உள்ளே வர டாக்டர் அவசரமாக உள்ளே செல் கிறாள்)*

ராகவன்: டாக்டர் அவளுக்கு ஒண்ணும் ஆகாதுதானே.

டாக்டர்: லெட்ஸ் ஹோப் ஸோ. ப்ளட் கொண்டு வாங்க.

ராகவன்: *(கையைப் பிசைந்து கொண்டு நடக்கிறான்)* இந்த போனை உபயோகப்படுத்தலாமா? *(யாரும் இல்லாமல் போக அதை எடுக்கிறான். டயல் பண்ணுகிறான்.)*

ராகவன்:	ஹலோ ஐ வாண்ட்டு ஸ்பீக் டு மிஸ்டர் கோவிந்த சிங்.
சிங்:	(குரல்) கோவிந்தசிங்தான் பேசறது.
ராகவன்:	ஸார் என் பேரு ராகவன். என்னை ஞாபகம் இருக்குதில்லை.
மறுமுனை:	(மௌனம். பிறகு) சொல்லு.
ராகவன்:	உங்க டாட்டர் சுஷ்மா ஆஸ்பத்திரில இருக்கிறா. அட்மிட் ஆகியிருக்கா. லேபர். குழந்தை பிறக்க போவுது.
சிங்:	சுஷ்மான்னு எனக்கு பெண்ணு யாரும் இல்லை!
ராகவன்:	ஸார்! தமிழ் சினிமா மாதிரி பேசறதுக்கெல்லாம் சமயமில்லை. திஸ் இஸ் என் எமர்ஜென்ஸி. அவளுக்கு ரத்தம் கொடுக்கணும். ரத்த பாட்டில் வாங்கிண்டு வரச் சொல்லிருக்கார்.
சிங்:	கேக்கற இல்லை? நான் ரத்தம் கொடுக்கவோ உதவி செய்யவோ தயார். ஆனா ஒரு கண்டிஷன். மேல...
ராகவன்:	என்ன?
சிங்:	வந்த உடனே நான் என் டாட்டரையும் குழந்தையையும் அளைச்சுட்டு போயிருவேன். பிரசவம் ஆன உடனே அவ எங்கவூட்டுக்கு வந்தாகணும். அதோட சரி. அப்புறம் அது எங்க பொண்ணு எங்க குளந்தை!
ராகவன்:	நானு?
சிங்:	நீ யாருய்யா?
ராகவன்:	ஸாரி (போனை வைத்துவிட்டு) மறுபடி சுழற்று கிறான். அப்பா நான் ராகவன் பேசறேன்.
நரசிம்மாச்சாரி:	எந்த ராகவன்.

ராகவன்: உங்க ஸன்.

நரசிம்மாச்சாரி: ஓ அப்படி ஒரு ஸன் இருக்கானா எனக்கு.

ராகவன்: அப்பா 'ஸர்க்கஸம்க்'கெல்லாம் தேவையில்லை. சமயமில்லைப்பா சுஷ்மா பிரசவத்துக்கு அட்மிட் ஆகியிருக்கா. கொஞ்சம் ரத்தம் வேணும். அதுக்கு பணம் வேணும்.

நரசிம்மாச்சாரி: எத்தனை?

ராகவன்: ஒரு ஆயிரம் ரூபா. ரங்கையங்கார் மூலம் அனுப் பிச்சா...

நரசிம்மாச்சாரி: (தயக்கத்துக்குப் பின்) அனுப்பறேன்.

ராகவன்: தாங்ஸ்ப்பா.

நரசிம்மாச்சாரி: ஆனா ஒரு கண்டிஷன்.

ராகவன்: மைகாட் நீங்களுமா! என்ன கண்டிஷன் போடு வீங்கன்னு தெரியும். குழந்தை பிறந்த உடனே சுஷ்மாவை விட்டுட்டு டிவோர்ஸ் பண்ணிட்டு ஐயங்கார் பொண்ணா பார்த்து கல்யாணம் பண்ணிக்கனும். அதானே.

நரசிம்மாச்சாரி: அதான்.

ராகவன்: மாறவே இல்லைப்பா நீங்க. ஐம் கெட்டிங் ஃபெட் அப் (போனை வைக்கிறான்)

டாக்டர்: (வருகிறாள்) மிஸ்டர் ராகவன் ரத்தம் வாங்கிண்டு வந்தீங்களா?

ராகவன்: ஸாரி டாக்டர். இப்ப போறேன்!

டாக்டர்: தேவையில்லை. இட்ஸ் ஆல் ஓவர்!

ராகவன்: திடுக்கிட்டு என்ன? (அப்படியே கையைத் தலை யில் அழுத்தி உட்காருகிறான். கொஞ்ச நேரம்.)

டாக்: யு ஹேவ் பிகம் எ ஃபாதர்.

ராகவன்: சுஷ்மா?

டாக்: ஷி இஸ் ஓக்கே. தி கர்ள் ஹேஸ் எ லாட் ஆஃப் இன்னர் ஸ்ட்ரெங்க்த்.

ராகவன்: டாக்டர் உங்களைக் கட்டிக்கலாமா!

டாக்: ஒருமுறை கட்டிகிட்டு அல்லல்பட்டது போதும். வாங்க உள்ளே ஐ ஹேவ் எ ஸர்ப்ரைஸ் ஃபார் யு.

காட்சி 5

(ராகவன் வீடு. இப்போது சில பாப்பாத்தனமான சாமான்கள் இரைந்து கிடக்க ஒரு தொட்டில் தெரிகிறது. குழந்தை பிறந்து சுஷ்மா வீட்டுக்கு வந்துவிட்டாள். ராகவன் உள்ளே வரும் தோரணையில் அவசரத்தில் கீழே இரைந்திருக்கும் பொம்மையில் தடுமாறி விழ இருந்து சமாளித்துக் கொண்டு...)

ராகவன்: யெலோ ஃபாரெக்ஸ் லாக்டோஜென் உட் வாட்ஸ்.

சுஷ்மா: வாய்ண்டு வந்துட்டேளா *(கீழே கிடக்கும் பொம்மையை எடுத்து)* விளையாட்டுச் சாமான் கள்ளா இப்பவே வாங்கி குடுங்கோன்னு டிவில சொன்னா பட்ஜெட்டுக்கு அப்புறம் விலை உசருமாம்.

ராகவன்: *(தொட்டியைப் பார்த்து)* அச்சு குச்சு எப்படி இருக்கு. *(குழந்தையை ஆர்வத்துடன் பார்க் கிறான். அவளும் தொட்டிலின் உள்ளே பார்த்து...)*

சுஷ்மா: அப்படியே அப்பா. நாள் பூரா தூங்கறான்.

ராகவன்: இச்சி கூச்சி நாமுய்க்க தூங்வியா நீ. லொ லொ லொ... *(குழந்தை அழுகிறது.)*

சுஷ்மா: *(அதை எடுத்துக் கொள்ள அழுகை அடங்கு கிறது. அதைக் கொண்டு உள்ளே விட்டுவிட்டு*

	வருகிறாள்) ராகவன் தான் வாங்கி வந்திருக்கும் பொருட்களை அலமாரியில் வைக்கிறான்) நன்னா தூங்கறது... (ரங்கய்யங்கார் வருகிறார்.)
சுஷ்மா:	வாங்கோ ரங்கய்யங்கார்.
ரங்க:	ராகவா குழந்தை பொறந்திருக்காமே பேஷ்! க்விக் ஜாப் நல்ல பீஜம். இப்பதான் உங்கப்பா வோட சண்டை போட்டாப்பல இருந்தது. அதுக்குள்ள ப்ரஜோத்பத்தியா? ரொம்ப சந்தோஷம். ஓங்க அப்பன்... பார்க்க வந்தானோ?
ராகவன்:	இல்லை மாமா. அப்பாவுக்குக் கோபம் இன்னம் ஆறலை.
ரங்க:	பாப்பா வந்திருக்கிறது தெரியுமோ? என்ன ஒரு மாசமா?
ராகவன்:	தெரியும்.
ரங்க:	தெரியாம இருக்குமா என்ன? அலமேலு உங்கப்பா சிங்கம் வந்தானா?
சுஷ்மா:	விட்டாச்சு ப்ச்!
	இப்ப வாரிசு பிறந்ததினால குழந்தையைப் பார்க்கவாவது வரணும்னு நினைக்கிறேன்.
ரங்க:	எங்க குழந்தை?
ராகவன்:	அந்தர் ஸோத்தா ஹை.
(வாசல் கதவு தட்டப்பட)	
ராகவன்:	சுஷ்மா போய்ப் பாரு.
சுஷ்மா:	(போய்ப் பார்த்து பரபரப்புடன் உள்ளே வந்து) ராகு அப்பா!
ராகவன்:	யார் அப்பா? எங்கப்பா? உங்கப்பா? யார் அப்பா?
சுஷ்மா:	உங்கப்பா. (நரசிம்மாச்சாரி உள்ளே தயக்கத்துடன் வருகிறார்.)

ராகவன்: வாங்கப்பா. நீங்க வருவீங்கன்னு நினைச்சேன் எங்களைப் பார்க்க.

நரசிம்மாச்சாரி: (முகத்தில் கடுப்புடன்) நான் ஒண்ணும் உன்னைப் பாக்க வரலை.

ராகவன்: பேரனைப் பார்க்க வந்தீங்களா?

நரசிம்மாச்சாரி: இதும் இல்லை. இந்தப் பக்கமா சைக்கிள் ரிப்பேர் பண்ணக் கொடுத்திருந்தேன். அதை வாங்க வந்தப்ப இங்கதான் தங்கிருக்கிறதா கேள்விப் பட்டேன். இன்னொரு எப்டி ரசீதில கையெழுத்துப் போட வேண்டியிருந்தது.

ராகவன்: உங்ககிட்ட சைக்கிளே கிடையாதே.

நரசிம்மாச்சாரி: ரங்கா இங்க எங்க வந்தே? இதுக மூஞ்சிலயே முழிக்காதேன்னு சொன்னனா இல்லையா? அராத்து, நன்றி கெட்ட பன்னாடை ஜன்மம்.

ராகவன்: அது என்ன கையில?

நரசிம்மாச்சாரி: ஊதல். போறப்ப யாரோ பக்கத்தாத்தில கேட்டா வாங்கிண்டு போறேன். (ஊதுகிறார்.)

ராகவன்: அப்ப உங்க பேரனுக்கு ஊதல் இல்லையா?

நரசிம்மாச்சாரி: முதல்ல எனக்கு யாரு பேரன், யாரு பிள்ளை, சொன்ன பேச்சைக் கேக்காம மாம்சம் சாப்பிடற குடும்பத்தில வேற்று ஜாதி, வேறு மதத்தில, ஒரே பையன் கல்யாணம் பண்ணிண்டாய்டுத்து. ம் பேருக்குப் பேர் வந்து என்ன பையன் இப்படி செய்துட்டானாமேனு கேக்கறதுக்கு நன்னாவா இருக்கு சொல்லு? ஒரே பிள்ளை எத்தனை எதிர் பார்ப்பு (கண்ணைத் துடைத்துக் கொள்கிறார்) ரங்கா பேரன்னா சொன்னே?

ராகவன்: ஆமாம் பேரம்பா.

நரசிம்மாச்சாரி: பேரு?

ராகவன்: அதுக்கு இன்னும் பேர் வெக்கலை. இச்சி கூச்சின்னு கூட்டுண்டு இருக்கோம்.

சுஷ்மா: மாமா நீங்கதான் ஏதாவது பேர் சொல்லுங்களேன்.

நரசிம்மாச்சாரி: என்னை இந்தப் பொண்ணை என்னோட பேசச் சொல்லாதே. போ முதல்ல என் மூஞ்சில முழிக்காதே!

சுஷ்மா: குழந்தையைப் பார்க்க வேண்டாமா?

நரசிம்மாச்சாரி: வேண்டாம். எனக்குப் பேரனும் இல்லை. பேத்தியும் இல்லை.

ராகவன்: பின்ன எதுக்கு வந்தீங்களாம்.

நரசிம்மாச்சாரி: ஒரு எப்டி ரசீதில கையெழுத்து வாங்கறதுக்கு.

ராகவன்: கொண்டாங்க. போட்டுத்தரேன் அவ்வளவு தானே.

சுஷ்மா: ராகு அப்படியெல்லாம் பேசாதே. பிதாஜி என்ன பேர் வெக்கணும் சொல்லுங்க. நீங்க வந்ததில எங்களுக்கு ரொம்ப சந்தோஷம்.

நரசிம்மாச்சாரி: எனக்கு சந்தோஷம் இல்லை.

சுஷ்மா: அப்பா நம்ம தாத்தா பேர் என்ன?

நரசிம்மாச்சாரி: சுந்தர்ராஜ ஐயங்கார்.

ராகவன்: அதே பேரெ வெச்சுரலாம் சுஷ்மா, என்ன சுந்தர் சிங்குனு வெச்சுரலாம்.

நரசிம்மாச்சாரி: நான்சென்ஸ் இது ஐயங்கார் வீடு. இது ஐயங்கார் குழந்தை பத்தாம் நாளே பேர் வெச்சிருக்கணும். குடவாசல் நரசிம்மன் சுந்தர்ராசன்னு.

ராகவன்: அத்தனை பெரிய பேரா ஒரு மாசக் குழந்தை தாங்குமாப்பா.

நரசிம்மாச்சாரி: முதல்ல நான் பார்த்தசாரதி கோயிலுக்குப் போய் அர்ச்சனை பண்ணணும் ராகவா. ஒண்ணு வெச்சுக்கோ இதனால் நான் சமாதானம் ஆய்ட்டேன் கிட்டவந்து பொண்டாட்டியை கொண்டு வந்து ஈஷலாம்னு நினைச்சுக்காதே. ஏதோ குழந்தை பிறந்ததுக்கு நான் செய்யவேண்டிய கடமை இது. என் நெஞ்சில நீ குத்தின புண்ணு ஆறவே ஆறாது. இன்னும் எனக்கு அந்த விளம்பரத்துக்கு ஜாதகங்கள் வந்துண்டிருக்கு. எதுக்குன்னு போய் இந்த கோதுமை பண்டத்தைப் போய் பிடிச்சேன்னு. ஆத்து ஆத்து போறது.

ரங்க: போறும் போறும் என்ன ஒரு வரட்டுப் பிடிவாதம். ஓய் இது ஏதோ கல்யாணம் பண்ணிண்டுட்டா. குழந்தை பொறந்தாச்சு. எல்லாத்தையும் மறந்தாச்சுன்னு இருக்கறதை விட்டுட்டு...

நரசிம்மாச்சாரி: ஊருக்கு உபதேசம் பண்ணுவே. உன் குடும்பத்தில வந்தா பேச்சு வேற மாதிரி இருக்கும்.

ரங்க: எனக்கென்னவோ இதில ஏதும் தப்பா தெரியலை. இந்தப் பொண்ணு என்ன நன்னா நம்மூர் தளிகை பண்றது தெரியுமோ. எம்மாடி அன்னிக்கு மெத்து மெத்துன்னு ஒரு பக்கோடா கொடுத்தியே காரமா சட்னியோட அப்பாக்கும் குடு!

நரசிம்மாச்சாரி: பெரியவாள்ளாம் சொல்றத கேக்காம இவன் சிக்கன் சாப்டுண்டு அவ மோர்க் குழம்பு சாப்ட்டுண்டு எல்லாம் கேக்கறதுக்கு நன்னாவா இருக்கு. நம்ம ஜீவாதாரம் அகிம்சை! இவாளுக்கு இம்சைதான். எப்ப பாத்தாலும் கத்தி வைச்சுண்டு, சண்டை போட்டுண்டே இருந்த கோஷ்டி இது ரெண்டு பேருக்கும் எப்படி ஒத்து வரும்?

ரங்க: குழந்தை பிறந்தப்புறம் கொஞ்சம் லேட்டு இந்த கேள்வி. இப்ப என்ன பண்ணனும் சொல்லுங்க மாமா.

நரசிம்மாச்சாரி: போனா போறது குழந்தை பொறந்தாச்சு ஜீவ னாம்சம் கொடுத்துரலாம். இவளைத் தள்ளி வெச்சுட்டு வேற கல்யாணம் பண்ணிக்கணும் அப்ப தான்...

ராகவன்: (கோபத்துடன்) போங்கப்பா வீட்டுக்கு போங்கப்பா. ஊதலை எடுத்துண்டு கெட் அவுட்!

சுஷ்மா: ராகு ப்ளீஸ்!

நரசிம்மாச்சாரி: பெத்த தகப்பன் ஒரு வருஷம் கழிச்சு வந்திருக் கேன். கிடைக்கிற மரியாதைய பார்த்தியா ரங்கா?

(கோபத்தில் இருக்கும் ராகுவை சுஷ்மா அழைத்து, உள்ளே அழைத்துச் செல்ல)

ரங்க: என்ன அது நீங்க அப்படி பேசிருக்கக் கூடாது.

நரசிம்மாச்சாரி: அதுதான் என் உண்மையான கருத்து விருப்பம்.

ரங்க: அப்படி காலத்துக்கேற்ப மாறாம பிடிவாதம் பிடிக்கிறீர். இப்ப பாருங்க இந்த எல்மட் ஸ்கூட்டர் இதெல்லாம் வேதத்ல சொல்லலைன்னு நான் வீடுவீடா நடந்து போய்ண்டிருக்க முடியுமா சொல்லும். காலத்துக்கேற்ப மாத்திக்கலையா? நீங்க சட்டை போட்டுக்கலையா? செருப்பு போட்டுக்கலையா? வேதப்படி மனு தர்மப்படி பார்த்தா ப்ராமணங்கள்ளாம் எல்லா நதிக்கரையில உக்காண்டு தொண்ணை தெச்சுண்டு இருக்கணும்!

நரசிம்மாச்சாரி: ரங்கா நான் ஜாதியை அடிப்படையா வச்சு பேசலை. ஓய் ப்ராமணனாவது ஒண்ணாவது வெறும் மேம்போக்கான ரிச்சுவல்ஸ் மட்டும் பாக்கியிருக்கு. அவ்வளவு தூரம் முட்டாளில்லை நான். நான் சொல்றது ஒரு சூழ்நிலையில வளர்ந்து ஒரு பாஷையில வளர்ந்து முழுக்க முழுக்க மாறுபாடான மற்றொரு சூழ்நிலையில வளர்ந்த பெண்ணைக் கல்யாணம் பண்ணிண்டா எத்தனை சிக்கல் வரும். கல்யாணம்கறது ஆயிரங்காலத்து பயிரு. அதில ஆரம்பத்திலேயே இத்தனை இன்கம்

பாட்டிபிலிட்யை இப்ப இவன் தமிழ்ல பேசிண்டு அவ பஞ்சாபிலே பேசிண்டு குழந்தை ரெண்டும் பேச முடியாம இங்கிலிஷ்ல டாடி மம்மின்னு பேசிண்டு எத்தனை பெரிய கலாச்சார இழப்பு பாத்தியா?

ரங்க: இது அவா ப்ரச்னை. நீர் ஏன் போட்டு குழப்பிக் கிறீர்?

நரசிம்மாச்சாரி: பாசம்தான் வேற என்ன, சொந்த ரத்தம் வேற என்ன? அவா வந்தா இந்த ஊதலை குழந்தைக்கு குடுத்துரச் சொல்லு நான் வரேன்.

(அவர் கிளம்ப)

சிங்: *(வருகிறார். அவர் கையிலும் ஒரு ஊதல்)* பேட்டி பேட்டி சுஷ்மா. நரசிம்மாச்சாரியைப் பார்க் கிறார். இருவரும் விரோதமாக முறைக்க, ஓ நீயா ராமம்.

நரசிம்மாச்சாரி: *(முகம் இறுகி)* நீயா? புதர் தாடி!

சிங்: குளந்தை பொறந்திருக்குன்னு சொன்னாங்க. புள்ளையாம் என்னையே மாறி இருக்குதாம்.

நரசிம்மாச்சாரி: இல்லை. எங்க ஜாடைதான் இருக்கு பேர் கூட வச்சாச்சு. குடவாசல் நரசிம்மன் சுந்தர்ராஜ ஐயங்கார்!

சிங்: இல்லை பேர் வெக்கலை. ஆம்பளைன்னா உஜாகர்சிங் படாலான்னு வெக்கணும். படாலா தான் எங்க ஊர்!

நரசிம்மாச்சாரி: அது அய்யங்கார் பாப்பாய்யா. வாதுல கோத்திரம்.

சிங்: இல்லை அது சீக்கு!

ரங்க: சீக்கும் இல்லை போகரும் இல்லை. எல்த்தியா தான். இருக்குது.

நரசிம்மாச்சாரி: ராமம்! அதை மட்டும் ஐயங்கார் சொன்னே.

நரசிம்மாச்சாரி: சர்தார்ஜி ஜோக் சொல்லியே உன்னை சாவடிப் பேன்.

சிங்: எங்க சொல்லு பார்க்கலாம்!

நரசிம்மாச்சாரி: சொன்னா என்ன பண்ணுவியாம்?

சிங்: சொன்னா என்ன பண்ணுவனா? அப்படியே கிர்பான்ல கீறி கீமா பண்ணிடுவேன். சொல்லு சொல்லு.

நரசிம்மாச்சாரி: கீறிடுவியா?

சிங்: சொல்லிப்பாரேன். *(தன் கத்தியைக் காட்டு கிறான்.)*

நரசிம்மாச்சாரி: மனசுக்குள்ள சொல்லிக்கறேன் என்ன பண்ணுவே ஹா ஹா. மனசுக்குள்ள சொல்லி சிரிச் சுண்டாயிடுத்து.

சிங்: பயந்தாங்கொள்ளி!

நரசிம்மாச்சாரி: குளிக்காத பயலே! போடா ஐயங்கார் வீட்டுக் குள்ள உனக்கு என்ன வேலை!

சிங்: இது சர்தார் வீடு. பேட்டி பின்னால துரத்தினது உன் பையன்தான்.

ரங்க: அடாடா உங்க சண்டை நிக்கவே நிக்காதா?

சுஷ்மா: *(குழந்தையை மெல்ல கொண்டு வர, நரசிம்மாச் சாரி அதை எட்டிப் பார்த்து)* அப்படியே குடவாசல் மூக்கு இது ஐயங்கார்தான்!

சிங்: *(அதைப் பார்த்துவிட்டு)* அஜி ஓய் சார்துல் சிங் படாலா.

நரசிம்மாச்சாரி: சர்தார்ஜி நான் உன் டாட்டரை வேணா வீட்ல சேர்க்கறேன். குழந்தை மட்டும் எங்க சம் பிரதாயத்லதான் வளரணும்.

சிங்: நான் ஒன் பையனைக் கூட ஏத்துக்கறேன். ஆனா இந்தக் குளந்தை மட்டும் தலைல சீப்பு வெச்சு

கைல கடா போட்டு கச்சைகட்டியே ஆகணும். கத்தி கொடுத்தே ஆகணும்!

நரசிம்மாச்சாரி: இது அய்யங்கார்.

சிங்: இது சிங்கு.

ரங்க: ரெண்டு பேருக்கும் பொதுவா சிங்கமையங் கார்னு பேர் வெச்சுருங்களேன்!

சுஷ்மா: அதெல்லாம் தேவையில்லை மாமா.

ரங்க: ஏன்?

சுஷ்மா: ராகு கொஞ்சம் வரிங்களா?

ராகவன்: *(மெல்ல மற்றொரு குழந்தையை எடுத்துக் கொண்டு வருகிறான்.)*

பொறந்தது ரெட்டைக்குழந்தை. ஒண்ணு ஐயங்கார். ஒண்ணு சிங். குடவாசல் நரசிம்மன் சுந்தர்ராஜன், சார்துல் சிங் படாலா!

(இருவரும் ஆளுக்கொரு குழந்தையை ஏற்றுக் கொள்ள) கடவுளே உங்க ப்ராப்ளத்தை ஸால்வ் பண்ணிட்டார்.

நரசிம்மாச்சாரி: எந்தக் கடவுள்?

ரங்க: அய்யோ மறுபடியும் ஆரம்பிக்க வேண்டாம் போடுங்கோ திரையை!

என்ன ஓய் சிங்கு, அய்யங்கார் துண்டு ரெண்டும் ஒரே விஷயத்தைத்தான் சொல்றது. அவனும் ராமன் கிருஷ்ணங்கறான். நாமளும் சொல்றோம். அவன் என்ன, ராமன் கிருஷ்ணனுக்கு மேல ஒரே ஒரு கடவுள்தான் இருக்கார்ங்கறான். உழைப்பு முக்கியம்ங்கறான். எல்லோரும் ஒண்ணுங்கறான். அனுஷ்டானங்களை விட நடத்தை முக்கிய மானதுங்கறான். என்ன தப்பு? குருநானக் சீரங்கம் வந்திருக்கார் தெரியுமோல்லியோ! 'அச்யுதா பாரப்ரம்ம பரமேஸ்ரு ஸ்வாமின்னு' இவங்க

ஜன்மஸாக்கில எழுதிருக்கு தெரியுமா? அர்ஜன் தேவ்னு ஒருத்தர் 'சீரங்க வைகுண்ட கே வாசி'ன்னு எழுதிருக்கார். சிங்காம் அய்யங்கா ராம். எல்லோரும் ஹ்யூமன் பீயிங்! குழந்தையைக் கொண்டு வா இதெல்லாம் பத்தி கவலைப்படாம தூங்கிண்டு இருக்கு.

சேகர்

(பாத்திரங்கள்: ஆத்மா, நித்யா, சேகர், பக்கத்து வீட்டு மாதவராவ் தம்பதிகள், இன்ஸ்பெக்டர்)

சென்னையில் அங்கங்கே முளைத்துக் கொண்டிருக்கும் பல மாடிக் கட்டிடங்களில் ஒன்று. அதில் ஒரு மாடியில், ஒரு ஃப்ளாட்டின் வாயிற் கதவு. அதன் அழைப்புமணி பொத்தான். டாக்டர் என்.ஆத்மா, டிப்பார்ட்மெண்ட் ஆப் கம்ப்யூட்டர் சைன்ஸ் என்ற போர்டுக்கு அருகில் உள்ள கதவு அழைப்பு மணியை அழுத்த, பதிலில்லை. ஆத்மா சற்று பொறுமையில்லாமல் அதை மறுபடி அழுத்துகிறான். ஆத்மாவுக்கு முப்பத்தைந்து வயது இருக்கலாம். கம்ப்யூட்டர் விற்பன்னன் என்பது அவன் தோற்றத்திலும் கலைந்த தலை, பட்டை பிரேம், கண்ணாடி, பரபரப்பிலும் தெரிகிறது. கதவுக்காகக் காத்திருக்கும்போது கம்ப்யூட்டர் வோர்ல்டு என்கிற புத்தகத்தைச் சரக் சரக்கென்று பிரித்துப் படிக்கிறான். காட்சியில் இல்லாத: உடன் வந்த சிறுவனைக் கீழே நோக்கி, போர்டை விரலால் எழுத்து எழுத்தாகக் காட்டி 'டா-க்-ட-ர் ஆ-த்-மா-இதான் நான், சேகர்; இதுதான் என் வீடு, வீடு, வீடு தெரியறதா?' அப்போது பக்கத்து ஃப்ளாட் கதவு திறக்கிறது...

பக்கத்து ஃப்ளாட்
மாதவராவ்: *(எட்டிப் பார்த்து)* ஹலோ டாக்டர் ஆத்மா.

ஆத்மா: ஹலோ மாதவராவ்!

மாதவராவ்: இப்பத்தான் வரேளா?

ஆத்மா: பாத்தா தெரியலை?

மாதவராவ்: *பையன் யாரு?*

ஆத்மா: *அப்புறம் சொல்றேனே. நித்யா! சீக்கிரம் கதவைத் திறவேன்!*

மாதவராவ்: *ஏன் ஆபீஸுக்கு இப்பல்லாம் வரதில்லை?*

ஆத்மா: *கொஞ்சம் பிஸியா இருந்துட்டேன். உங்களுக்கு ஆபீஸுக்கு லேட் ஆயிடுத்தில்லை?*

மாதவராவ்: *ஆமாமா. அப்புறம் சந்திக்கலாம்.*

(ஆத்மாவையும் சேகரையும் சந்தேகமாகப் பார்த்து, கதவைச் சார்த்திக் கொள்ள. ஆத்மாவின் ஃப்ளாட் கதவு சட்டென்று திறக்கப்பட்டு நித்யா தோன்றுகிறாள். ஆத்மாவின் வினோதங்களைச் சகித்துக் கொள்ளும் சந்தோஷமான பெண். வீட்டு வேலையிலிருந்து பாதியில் வந்த தோற்றம். தலைமயிர்க் கற்றைகள் கலைந்து, கையில் பீங்கான் தட்டு.)

நித்யா: *என்ன அவசரமாம்? அடுப்பில பால் பொங்குது. நீங்க ஆபீஸ் மட்டமா இன்னைக்கு? கீழே பார்த்து... இது யாரு?*

ஆத்மா: *சொல்றேன். சொல்றேன். சர்ப்ரைஸ்! வா சேகர், வா உள்ளே.*

(காட்சி அறைக்குள் மாற, ஆத்மா வாயிற்கதவின் உள்பக்கம் நின்று கொண்டு 'வா சேகர் வா' என்று கூப்பிட சற்று நேரம் கழித்து சேகர் உள்ளே நுழைகிறான்.

சேகர் சுமார் ஆறு வயது பையன் போல இருந்தாலும் நடக்கும் போது ஒரு தீர்மானமும் தான் செய்யப் போவது என்ன என்று நிச்சயமாகத் தெரிந்த தன்மையும்... தலையைச் சுத்தமாக வாரி, குரலில் ஏற்ற இறக்கம் எதுவுமில்லாமல் பேசுகிறான். சேகர் மனித வடிவில் ஒரு ரோபாட். முகத்தில் எந்த விதமான உணர்ச்சியும் காட்டாமல், பேச்சு இல்லாதபோது ஒரே திசையில் பார்த்துக் கொண்டு இருக்கிறான். ஆத்மாவின் வீட்டில் அறையில் விசேஷமாக இருப்பது ஒரு பி.ஸி. மட்டுமே. மற்றபடி புத்தகங்கள்! அனாவசிய அலங்காரம் இல்லாத அறை.)

நித்யா: *யாரு? இவன் பேரு என்ன?*

ஆத்மா: *சேகர்.*

சேகர்: தப்பு! எனக்குப் பெயர் கிடையாது நம்பர்தான் 8838625.

நித்யா: என்னது, உளர்றது? யார் இந்தப் பையன்?

ஆத்மா: பையனில்லை. டாக்டர் ஆத்மா தயாரித்த மாடல் நான்.

நித்யா: என்ன உளர்றது?

சேகர்: நான் உளறவில்லை. உண்மையைச் சொல் கிறேன்.

ஆத்மா: சேகர், கொஞ்ச நேரம் சும்மா இரு.

சேகர்: எத்தனை நேரம்?

ஆத்மா: (கடிகாரம் பார்த்து) ஒரு நிமிஷம்.

(சேகர் உதட்டில் ஒரு விரல் வைத்து, பொம்மை போல நிற்க...)

நித்யா: யார் இந்தப் பைத்தியம்? எதுக்கெடுத்தாலும் எதுத்துப் பேசறது? யார் வீட்டுப் பையன் இது?

சேகர்: பையன் இல்லை.

ஆத்மா: (இந்தப் பக்கம் அந்தப் பக்கம் பார்த்து) யாரும் இல்லைதானே? கிட்ட வா சொல்றேன். சேகர் வந்து பையன் இல்லை. அது வந்து ஒரு ரோபாட். கை குடு. (மௌனமான உற்சாகம், சிரிப்பு, சாதனைப் பெருமை) 'சேவை கம்ப் யூட்டர் சேகர்!'

நித்யா: (உரக்க) என்னது?

ஆத்மா: மாதவராவுக்கு கேட்டுரப் போறது. வத்தி வெச்சுருவான்!

நித்யா: என்ன சொல்றீங்க நீங்க. இது வந்து நிசமாவே உயிருள்ள பையனில்லையா?

ஆத்மா: இல்லை கண்ணு! என்னுடைய மகத்தான கண்டு பிடிப்பு! ஹ்யூரிஸ்டிக் மாடல் மார்க் ஒன் ரோபாட்

	அச்... சா பையன் போலவே இருக்கு பாத்தியா? சேகர்!
சேகர்:	ஒரு நிமிஷம் ஆயிற்று.
ஆத்மா:	சேகர், இங்கே வா.

(சேகர் அவர்களை நோக்கி வர, நித்யா சற்று பயத்துடன் ஒதுங்கிக் கொள்கிறாள்.)

| ஆத்மா: | திரும்பு! |

(சேகர் திரும்ப, அதன் முதுகிலிருந்து சட்டையைப் பிரித்துத் தூக்க, அதில் சின்ன மூடி போல இருக்க, அதை விலக்க உள்ளே சர்க்யூட் இணைப்புகள் தெரிகின்றன)

நித்யா:	அய்யோ, பயமா இருக்கே!
ஆத்மா:	எதுக்கு பயம்? எல்லாம் மைக்ரோ கம்ப்யூட்டர். வெறும் இயந்திரப் பையன். நாம் சொல்றதை யெல்லாம் கேட்கும்.
நித்யா:	*(அவன் பின்னால் ஒதுங்கிக்கொண்டு)* இதை இப்ப எதுக்குக் கொண்டு வந்தீங்க?
ஆத்மா:	இது வீட்டில் எல்லா வேலையும் செய்யப் போறது! உனக்கு ஒத்தாசையா...
நித்யா:	அய்யோ! இதை யார் கேட்டா?
ஆத்மா:	நீதானே வீட்டு வேலை செய்து பாத்திரம் தேய்த்து, துணி துவைத்து, போர் அடிக்குது. வேலைக்காரங்க பத்து நாளைக்கு ஒரு தடவை நின்னு போயிடறாங்கன்னு கம்ப்ளெயிண்ட் பண்ண! அதுக்குத்தான் லாப்ல 'ஸ்பேர் டைம்ல' இதைத் தயாரிச்சேன். இது எல்லா வேலையும் செய்யும்!
நித்யா:	எல்லா வேலையும்னா?
ஆத்மா:	பாரேன், சேகர் சிரி!
சேகர்:	ஈ *(என்று பல்லை மட்டும் காட்டுகிறது)*

ஆத்மா: சிரிக்கிற ப்ரொக்ராம் சரியா அமைக்கல. கொஞ்சம் இரு. *(அதன் பின் பக்கம் ஒரு ஸ்க்ரூ டிரைவரை எடுத்துப் போய்த் திருகிவிட்டு)* இப்ப சிரி.

சேகர்: *(வசீகரமாகச் சிரிக்கிறது.)*

ஆத்மா: பாத்தியா, எப்படி சிரிக்கிறது பாரு?

சேகர்: *(சிரிப்பை நிறுத்தவில்லை.)*

நித்யா: கொஞ்சம் அதிகப்படியாவே சிரிக்கிறது.

ஆத்மா: சேகர் சிரிப்பை நிறுத்து. நிறுத்து! ஸ்டாப் இட்! *(அதன் தலையில் அடிக்க...)*

சேகர்: *(சட்டென்று நிறுத்தி சும்மா இருக்கிறது.)*

ஆத்மா: கொஞ்சம் டைமிங்கெல்லாம் அட்ஜஸ்ட் பண்ண னும். டூ மினிட்ஸ் கொஞ்சம் ஜாஸ்தியில்லை?

நித்யா: ஆமா, இதைச் சிரிக்கிறதுக்காவா எடுத்துக் கொண்டு வந்தீங்க?

ஆத்மா: இல்லை நித்யா. இது வேலையெல்லாம் நீயே பாரேன். ஏதாவது சொல்லு, எதாவது ஆணை கொடு!

நித்யா: என்ன ஆணை?

ஆத்மா: வேலைக்காரன்கிட்டே என்ன சொல்வே?

நித்யா: என்ன சொல்வேன்...? 'இந்த ப்ளேட்டைக் கொண்டு சிங்கில போடு'ன்னு

ஆத்மா: சேகர்! ப்ளேட்டைக் கொண்டு சிங்க்கில போடு... *(சேகர் அதை இயந்திரம் போல் வாங்கி, தட்டை எடுத்து சிங்கிற்கு இங்கிருந்தே வீசி எறிகிறது)*

நித்யா: அட!

ஆத்மா: பாத்தியா *(காலரை உயர்த்திக் கொள்கிறான்; சேகர் சிங்க்கில் விட்டெறிந்த தட்டு 'சிலுங்' என்று நொறுங்குகிறது.)*

நித்யா: *(காதைப் பொத்திக் கொண்டு)* போச்சு! தட்டு: பதினெட்டு ரூபா தட்டு!

சேகர்: *(பவ்யமாகச் சிரித்து கையைத் தட்டி)* வேறு என்ன வேலை?

ஆத்மா: அப்படி இல்லை சேகர், இந்த ப்ளேட்டை சிங்க் வரைக்கும் நடந்து போயி சிங்க்ல போட்டுட்டு வா. இங்கிருந்தே எறியக் கூடாது. *(ஆத்மா இன்னொரு ப்ளேட்டை நீட்ட... சேகர் அதை வாங்கிக் கொண்டு நடந்து சென்று சிங்க்கில் மறுபடி போட்டு நொறுக்குகிறது.)*

நித்யா: இந்த ரேட்டில் வீட்ல ஒரே நாள்ல பீங்கான்லாம் அவுட்டாயிரும்!

ஆத்மா: சொன்னாப்பல சிங்குக்கு எப்படி எடுத்துக்கிட்டுப் போச்சு. இப்ப பாரு! சேகர், இந்தக் கப்பை எடுத்துட்டு மெல்ல, மெல்ல சிங்கில வக்கறியா?

(நித்யா பார்த்துக் கொண்டிருக்க, சேகர் கப்பை மிக மெதுவாக எடுத்து மெல்ல நடந்து செல்ல...)

நித்யா: சரி தான் ஒரு கப்பை எடுத்து வைக்கறதுக்குள்ள விடிஞ்சுடும்.

ஆத்மா: இன்னும் கொஞ்சம் ப்ரொக்ராம் அட்ஜஸ்ட் மெண்ட் எல்லாம் பண்ணணும். நாளைக்குப் பாரேன். சேகர், கொஞ்சம் வேகமா காரியம் பண்ணறியா?

சேகர்: *(அந்த கப்பை வெளியே வேகமாக எறிந்து விட, அது 'சிலுங்' என்று உடைகிறது)*

நித்யா: பாருங்க, எனக்கு இந்த மாதிரி ஒத்தாசை வேண்டாம்! ஒரு நாளைக்கு நூறு ரூபா சாமான் உடையும் போல இருக்கு. இந்த வேலையெல் லாம் ஆபீஸ்ல வெச்சுக்குங்க. வீட்டிலயும் உங்க கம்ப்யூட்டர் வேண்டாம்.

ஆத்மா: ஒருநாள் பொறுத்துப் பாரேன். கொஞ்சம் பொறுமை வேண்டாமா?

சேகர்: வேறு ஏதாவது வேலை?

ஆத்மா: இல்லை சேகர். ரெஸ்ட் எடுத்துக்கோ.

சேகர்: *(கீழே படுக்கிறது.)*

ஆத்மா: இந்த ப்ரொக்ராம் எங்க எழுதினேன்? *(அதைப் பார்த்து வியக்கும் போது அழைப்பு மணி கேட் கிறது.)*

ஆத்மா: வேகமாக 'சேகர் சேகர்' *(என்று எழுப்பி ஒரு பீரோ வுக்குள் அதை வைக்கிறான். பீரோவை மூட)*

மாதவராவ்: *(உள்ளே வந்து)* என்ன டாக்டர் ஆத்மா? ஆபீஸ் கிளம்பறப்ப என்னவோ புதுசு புதுசா சப்தம் கேட்டுது. என்ன விஷயம்னு விசாரிக்கலாம் னுட்டு: என்ன உடைஞ்சது?

நித்யா: பீங்கான்.

(மாதவராவ் ஆத்மாவின் ஆபீஸ்காரர். அம்பது வயசு இருக்கலாம். வம்புக்கு அலையும் துருதுரு என்ற கண்கள்.)

மாதவராவ்: ரெண்டு பேரும் சண்டை போட்டுண்டேளா மறுபடியும்?

நித்யா: அது வந்து இவர் ஆபீஸ்லருந்து ஒரு பையன்... இல்லை பையன் இல்லை...

ஆத்மா: *(குறுக்கிட்டு)* அதெல்லாம் ஒண்ணுமில்லை ராவ். மாமி கூப்பிடறா பாருங்கோ. அப்புறம் பார்க்கலாமா? டாட்டா, பை!

(அவரைக் கழுத்தைப் பிடிக்காத குறையாக அழைத்து வாசல் கதவைத் திறந்து வெளியே கொண்டுவிட)

மாதவராவ்: என்னது. ஸம்திங் ராங். பூனைக்குட்டிய வெளிய கொண்டு விடறா மாதிரின்னா தள்றான்!

(ஆத்மா உள்ளே திரும்பி தன் ஃப்ளாட் கதவைச் சாத்திக் கொள்கிறான்.)

ஆத்மா: பைத்தியம்! மாதவராவ்கிட்ட போய்ச் சொல் றியே! ஆபீஸ் முழுக்க வத்தி வெச்சுருவார். நான் இந்தப் பொம்மை ரோபாட்டை ஆபீஸ்ல

பண்ணது தெரிஞ்சா வேலை போய்டும்! ஏற்கெனவே எனக்கும் என் பாஸுக்கும் வெட்டுப் பழி குத்துப்பழி. அதுக்காகத்தான் சாயங்காலம் ஓவர்டைம் பதுங்கிப் பதுங்கி செஞ்சேன்!

(நித்யா அவனை வியப்புடன் பார்க்கிறாள்.)

ஆத்மா: சேகர், வெளில வாம்மா கண்ணு. *(சேகர் பீரோவின் மரக் கதவைப் பட்டென்று தட்டித் தட்டி உடைத்துக் கொண்டு வெளியே வருகிறது.)*

ஆத்மா: சேகர் ஒண்ணு வெச்சுக்கோ சேகர், என்ன? எதையும் உடைக்காம வரணும் சரிதானே?

சேகர்: சரி, சரி, சரி.

ஆத்மா: ஒரு தடவை சரின்னு சொன்னா போறும்.

சேகர்: ஒரு தடவை சரி.

ஆத்மா: ஒரு தடவை... சரின்னு சொன்னா போதும்.

சேகர்: சரி.

ஆத்மா: *(நித்யாவைப் பெருமையுடன் பார்த்து)* பாத்தியா, எத்தனை சீக்கிரம் கத்துக்கறது பாரு! இன்னும் கொஞ்சம் சின்னச் சின்ன ரிபேர் எல்லாம் இருக்கு.

நித்யா: *(அவன் உற்சாகத்தில் கொஞ்சம் கூடப் பங்கு பெறாமல்)* இதுவரைக்கும் ஒரு பீரோ கதவு, ஒரு கப்பு, ஒரு தட்டு உடைச்சாச்சு. எனக்கென்னவோ இது விபரீத விளையாட்டா இருக்கு. நாளைக்கு எடுத்துண்டு போயிடுவீங்க இல்லை?

ஆத்மா: எங்க?

நித்யா: உங்க ஆபீஸுக்குத்தான் வேற எங்க?

ஆத்மா: சேச்சே! இங்கேயே பர்ஃபெக்ட் பண்ணிப் பத்திரிகைக்காரங்களையெல்லாம் கூப்ட்டு, ஆனா இந்த மாதவராவ்கிட்ட மட்டும் சொல்லாம இருக்கணும். ஞாபகம் வெச்சுக்கோ.

காட்சி மாறுகிறது.

மாதவராவின் அறை.

மாதவராவ்: *(மனைவியிடம்)* புருஷன், பெண்டாட்டிக்குள்ள ஏதோ தகராறு. கண்ணாடி எல்லாம் உடையறது. அப்புறம் எதோ வேறு ஒரு குரல் கேக்கறது: ரம்பத்துக்கு ஜலதோஷம் புடிச்சாப்பல. அதான் புரியலை.

மாமி: அந்தாள் எப்பவுமே கொஞ்சம் கிறுக்கு! பாவம் நித்யா! இப்படித்தான் ஒரு தடவை என்ன ஆச்சுன்னா அவா ஃப்ளாட்டு கதவுன்னு நெனைச்சு நம்ம ஃப்ளாட் கதவைத் தட்டிட்டு, நான் கதவைத் திறக்கறேன். 'ஹலோ நித்யான்னு அவர் பாட்டுக்கு உள்ளே போயிண்டே, ஏன் டெலிவிஷன் பர்னிச்சர் எல்லாம் மாறியிருக்குங்கறார்! அப்புறம் என்னைப் பார்த்து, நீ கூட மாறிட்டியே'ங்கறார்?

மாதவ்: ஆப்ஸண்ட் மைண்டட். ஆனா கெட்டிக்காரன்! குடைய நாற்காலியில வெச்சுட்டு, இவன் போய் மூலையில் உக்காந்துண்டான் ஒரு தடவை! ஆனா ஆபீஸ்ல நல்ல பேரு! ஜீனியஸ்ங்கறா. என்னவோ திரிசமம்... பண்ணிண்டிருக்கான். சொல்லமாட்டேங்கறான். கண்டுபிடிக்காமயா விடுவேன்?

காட்சி ஆத்மாவின் ஃப்ளாட்டுக்கு மாறுகிறது

ஆத்மா: தேர்! *(என்று அவன் பீஸிக்கும் சேகரும் இணைத்து அதன் கீ போர்டில் லிஸ்டிங் எடுக்கிறான்)* உன் வாய்ஸ் சரியா இல்லை. *(கொஞ்சம் ப்ரொக்ராமை திரையில் மாற்றி)* இப்ப பேசு, அகர முதல எழுத்தெல்லாம்...

சேகர்: அகர முதல எழுத்தெல்லாம் *(என்று வேகமாகச் சொல்ல ஆத்மா அதன் முதுகில் ஸ்க்ரூ டிரைவரில் திருக, அகர முதல எழுத்தெல்லாம் என்பதை வேக மாக ஓடும் டேப்ரிக்கார்டர் போல வெவ்வேறு வடிவங்களில் சொல்கிறது. கொஞ்சம் கொஞ்சம் பையனின் குரல் போல வர...)*

ஆத்மா: இதான் பெஸ்ட்! *(நித்யா காப்பி கொண்டு வந்து அவனருகில் வைத்து பயத்துடன் பார்க்கிறாள்.)*

ஆத்மா: இந்த காப்பி கொண்டு வர வேலையெல்லாம் இனிமே இவனே செய்வான். இப்பக் கூட பாரு. குரலை மாத்திட்டேன். இப்பப் பாரு சேகர். இதைப் படி. எதாவது சொல்லு.

சேகர்: எதாவது.

நித்யா: *(சிரிக்கிறாள்.)*

ஆத்மா: என்ன சிரிப்பு? இண்டியாவிலேயே உலகத்தி லேயே முதன் முறையா ஒரு ஹ்யூமனாய்டு ரோபாட் கொண்டு வந்திருக்கேன். உனக்கெல் லாம் எங்க கற்பூர வாசனை தெரியப் போறது? சேகர், இதைப்படி. *(ஒரு புத்தகத்தை எடுத்துக் கொடுக்க, பாரதியார் பாடல்கள் புத்தகத்திலிருந்து மெஷின்தனமாக 'கண்ணன் பிறந்தான் கண்ணன் பிறந்தான் இந்தக் காற்றதை எட்டுத் திசையிலும் கூறும்' என்று சேகர் படிக்கிறது.)*

ஆத்மா: உணர்ச்சிவசமா எப்படிப் பேசறதுங்கறதை இன்னமும் ப்ரொக்ராம் பண்ணலை. அதுக்குக் கொஞ்சம் நேரம் ஆகும்.

சேகர்: திண்ணமுடையான் மணி வண்ணமுடையான் உயர் தேவர் தலைவன் புவி மிசைத் தோன்றினன்.

ஆத்மா: சேகர், நிறுத்து போதும்!

சேகர்: கண்ணன் பிறந்தான் கண்ணன் பிறந்தான்.

ஆத்மா: *(தலையில் தட்ட நிற்கிறது.)*

நித்யா: இந்தத் தலையில தட்டறதும் உங்க ப்ரொக்ராம்ல உண்டா?

ஆத்மா: இல்லை. எதோ லூஸ் காண்டாக்ட்டு. சேகர் வாம்மா, பார்த்துடலாம். *(அதை பொம்மை போலக் குப்புறப் போட்டு, சட்டையை விலக்க...)*

நித்யா: எனக்கு என்னவோ கதை, திரைக்கதை, வசனம் எதுவுமே புரியலை. பயமா இருக்கு!

ஆத்மா: என்ன பயம்? என்ன பயம்ங்கறேன்? கொஞ்ச நாள்ல பளிங்கு மாதிரி எல்லா 'பக்'கையும் எடுத்துட்டா பழகிப் போய்டும், இல்லையா சேகர்?

சேகர்: கேள்வியே அர்த்தமில்லாததாகப் படுகிறது.

நித்யா: இப்படித்தான் நாள் பூரா செந்தமிழ்ல பேசிண்டு இருக்குமா? எனக்குப் பைத்தியம் புடிச்சுரும்.

ஆத்மா: டயலக்ட் எல்லாம் இனிமேத்தானே சொல்லித் தரணும்.

நித்யா: அதுவரைக்கும் இது இங்கதான் இருக்கப் போறதா?

ஆத்மா: இதுன்னு சொல்லாதே... இவன்... ஆனா ஒண்ணு இதைப்பத்தி யார்கிட்டேயும் மூச்சு விடக் கூடாது. வேலைக்காரியை நிறுத்திடு. எல்லா வேலைகளையும் இதுவே செஞ்சு கொடுக்கும்.

நித்யா: *(அலுப்புடன்)* எங்கப்பா அந்த ஆடிட்டரைக் கல்யாணம் பண்ணிக்கோண்ணு ஒத்தலைக் கால்ல நின்னார்.

சேகர்: *(ஒற்றைக் காலில் நிற்க!)*

ஆத்மா: சேகர், உன்னை இல்லை. நாங்க ரெண்டு பேரும் பேச்சுக்கு...

சேகர்: எது ஆணை? எது பேச்சு? எனக் குழப்பம் இருக்கிறது.

ஆத்மா: எல்லாத்தையும் சரி பண்ணிடலாம் கொஞ்சம் திரும்பு. அந்தக் கைக்கு ஒரு எஃப் எச் பி மோட்டார் போட்டிருக்கேன் பாரு. பவர் ஜாஸ்தி போல இருக்கு. அதான் கைல கண்டதையெல்லாம் உடைக்கிறே.

ஆத்மா: *(சேகரை ரிப்பேர் பண்ணுவதில் ஆழ்கிறான்.)*

நித்யா: *(சற்று நேரம் கணவனையே பார்க்கிறாள்.)*

ஆத்மா: *(ஸ்க்ரூ டிரைவரால் திருகியபடியே)* எல்லாம் சரியாப் போயிடும். இன்னும் ஒரே வாரம்தான் சேகர், நீ இப்ப போய் அந்த பெட்ரூம் இருக்கு பாரு பெட்ரூம். பெட்ரூம்! அதில இருக்கியா?

காட்சி மாறுகிறது

(பக்கத்து ப்ளாட்டில் மாதவராவ் சுவரில் காது வைத்துக் கேட்டுக் கொண்டிருக்கிறார்)

மாதவராவ்: என்னவோ நகத்தற சத்தம் கேக்கறது. மூணாவது பேச்சுக் குரல் நிச்சயம் கேக்கறது.

மனைவி: வேலைக்காரியா இருக்கும். நீங்க ஆபீஸ் கிளம்புங்கோ.

மாதவராவ்: வேலைக்காரி குரல் எனக்குத் தெரியாதா? இது ஏதோ புது மாதிரி குரல். நீ போய் அவாத்தில காப்பி பொடி கடன் கேக்கறாப்லே போயி...

மனைவி: நேத்திக்குத்தான் காப்பி பொடி கடன் கேட்டாச்சு. உங்களுக்கு ஏன் இந்த ஒட்டுக் கேக்கற புத்தி! அப்புறம் நித்யா வந்து எல்லாம் என்கிட்ட சொல்லுவா. எதையுமே ஒளிச்சு வெக்க மாட்டா. போங்கோ முதல்ல! எனக்கு லேடீஸ் கிளப் போகணும்.

காட்சி மாறுகிறது

(ஆத்மா கிளம்பும்போது அவன் சேகர் முதுகில் அட்ஜஸ்ட் செய்து கொண்டிருந்த ஸ்க்ரூ டிரைவர் கீழே விழுந்து ஒரு காத்தெஜ் பீரோவுக்கு அடியில் போய் விட)

ஆத்மா: மல்லிகா! அந்த ஸ்க்ரூ டிரைவரை எடு.

நித்யா: மல்லிகாவா? யார் அது!

ஆத்மா: *(நிமிர்ந்து பார்த்து)* ஓ! நீ நித்யா இல்லை? நான் என் லாப் அஸிஸ்டண்ட் மல்லிகாவோன்னு நெனைச்சுண்டிருந்தேன்.

நித்யா: லாப் அஸிஸ்டண்ட் மட்டும்தானா, இல்லை வேற எதாவதா?

ஆத்மா: (அதைக் கவனிக்காமல்) சேகர் அந்த பீரோ இருக்கு பாரு அதுக்கு அடியில் ஸ்க்ரூ டிரைவர் விழுந்திருக்கு. அதை எடும்மா கண்ணு.

(சேகர் அதனருகில் போய் அந்தப் பெரிய காத்ரெஜ் பீரோவை அனாயாசமாக ஒரு கையால் தூக்கி நகர்த்தி ஸ்க்ரூ டிரைவரை எடுக்க)

நித்யா: அய்யய்யோ! இது என்ன ராட்சசன் மாதிரி பண்றது? (பயந்து கொண்டு அலறுகிறாள்.)

ஆத்மா: என்ன அலறல்? இப்ப எதுக்காக அலறல்? நான்தான் சொன்னேனோல்லியோ கொஞ்சம் பெரிய மோட்டாரா போட்டுட்டேன் கைக்கு. அதனால பவர் ஜாஸ்தியா இருக்கு. அதைக் குறைச்சுட்டாப் போறது.

காட்சி மாறுகிறது

மாதவராவ்: என்னது! பொண்டாட்டியை அடிக்கிறானா? கிராதகன்! அலறல் சத்தம் கேட்டுது. இதை எப்படியாவது துப்பறிஞ்சாவது கண்டுபிடிச்சா கணும்.

மனைவி: உங்களுக்கும்தான் போது போக வேண்டாமா!

இரண்டாவது அங்கம்

(ஒரு வாரம் கழிந்திருக்கிறது. சேகர் ஒருவாறு பழகி விட்டு பெரும் பாலும் ரிப்பேர் செய்யப்பட்டு, சேகரை நித்யா சகித்துக் கொள்ளத் துவங்கும் நிலை. ஆத்மாவும், நித்யாவும் காலைச் சிற்றுண்டி மேசை அருகில் சாப்பிட்டுக் கொண்டிருக்க. அருகில் சேகர் ஒரே திசையில் பார்த்துக் கொண்டு நிற்க...)

ஆத்மா: எல்லாம் சரியாய்டும் பழகிடும்னு சொன்னேன் இல்லை.

நித்யா: *(சேகரைப் பார்த்து)* எனக்கு இன்னும் பயம் போகலை. எப்ப எதை உடைப்பானோன்னு வயத்தில புளியைக் கரைக்கிறது.

(சேகர் திரும்பிச் செல்ல)

ஆத்மா: எங்கே போறே?

சேகர்: புளி கரைக்க...

ஆத்மா: வேண்டாம் நில்லு!

நித்யா: இதான்!

ஆத்மா: இன்னும் பர்ஃபெக்‌ஷன் வரலை. நான்தான் ஒப்புத்துக்கறேனே!

(வாசல் கதவு திறந்திருக்கிறது. மாதவராவ் பூனைபோல வருகிறார்)

மாதவராவ்: என்ன ரெண்டு பேரும் சாப்ட்டுண்டு இருக்‌ கேளா?

(சேகரைச் சந்தேகத்துடன் பார்த்து) இதுதானா அது?

ஆத்மா: நீ பெட்ரூமுக்குப் போ...

சேகர்: வேறு ஏதும் தேவையில்லையா? அப்படி யெனில் நான் அடுத்த அறைக்குச் செல்கிறேன் நித்யா.

(மெஷின்தனமாக நடந்து செல்ல)

மாதவராவ்: யார் இந்தப் பையன்? அம்பி உன் பேரு என்ன?

(சேகரின் தோளில் கைவைக்க அவன் அவரைத் தள்ளிக் கொண்டு நடந்து செல்ல, அப்பால் விழுகிறார்.)

என்னது! இத்தனை சின்னப் பையன் இந்தத் தள்ளு தள்ளறான்!

ஆத்மா: அது வந்து அது வந்து... நல்ல சாப்பாடு... *(நித்யா விடம் சொல்லாதே என்று சாடை செய்கிறான்.)*

மாதவராவ்: வேலைக்காரப் பையனா?

ஆத்மா: ஆமாம்.

மாதவராவ்: பேரு சேகரா?

ஆத்மா: எப்படி தெரியும்?

மாதவராவ்: போனவாரம் முழுக்க சேகர் சேகர்னு கேக்கறதே!

ஆத்மா: இந்த ஒட்டுக் கேக்கற புத்தி உமக்குப் போகவே போகாது ராவ்.

மாதவராவ்: இல்லை பையன் யாருன்னு...

ஆத்மா: பையன் வீட்டு வேலைக்காகக் கிராமத்திலிருந்து அழைச்சுண்டு வந்தேன்.

சேகர்: *(வெளியே எட்டிப் பார்த்து)* டாக்டர் ஆத்மா, கேன் ஐ டேக் திஸ் ஃபார் ரீடிங்?

ஆத்மா: நோ சேகர்.

மாதவராவ்: கிராமத்துப் பையன்கறேள். பறபறன்னு புலிக் காட்துரை மாதிரி இங்கிலீஷ் பேசறான்?

ஆத்மா: இங்கிலீஷ் கிராமம். இப்பல்லாம் கிராமம் ரொம்ப முன்னேறிடுத்து மாதவராவ்.

மாதவராவ்: குரல் ஏன் ஒரு மாதிரி இருக்கு? 'வயலும் வாழ் வும்'ல அறிவிப்புகள் வாசிக்கிறா மாதிரி?

ஆத்மா: அது வந்து... ராவ் நீங்க போய்ட்டு அப்புறம் வரேளா? எல்லா விவரமும் சொல்றேன். இப்ப எனக்கு ஜோலி இருக்கே.

மாதவராவ்: ஆமாம், என்ன ஒரு வாரமா ஆபீஸ்கே வரலை? மட்டம் போட்டுட்டேள். எப்ப வந்தாலும் முதுகில கை வெச்சுத் தள்ளறேள்?

ஆத்மா: எல்லாம் லீவ் லெட்டர்ல விவரமா எழுதியிருக் கேன். நீங்க போறீங்களா?

மாதவராவ்: *(கோபமாக)* என்னப்பா ஒரு நெய்பர், கலீக்னா ஒரு மரியாதை வேண்டாம்? வேலைக்காரப் பையனை விட்டுத் தள்ளச் சொல்றே; அப்புறம் எப்பப் பார்த்தாலும் ஏதாவது உடையறா மாதிரி சப்தம் கேக்கறது. ஒண்ணும் நன்னா இல்லை. இந்த ரேட்டில் போலீஸ் கம்ப்ளெயிண்ட் கொடுக்க வேண்டி வரும்.

ஆத்மா: *(கோபத்துடன்)* போய்யா சும்மா பயங்காட்டாதே!

மாதவராவ்: ஓ அப்படியா சேதி! பாத்துடறேன், ஐல் ஸீ!

(அவர் போன திசையைப் பார்த்துக் கொண்டு)

நித்யா: என்ன கோபமாப் போறார்! ஏதாவது போலீஸ் கீலிஸ்னு...

ஆத்மா: நீ பயப்படாதே. தொடை நடுங்கி!

ஹ¬ம்! எல்லாருக்கும் அக்கப் போரே ஜாஸ்தி! ஒரு ஆளை நிம்மதியா ரிஸர்ச் பண்ண விட மாட்டாங்களே!

காட்சி மாறுகிறது.

(ஆத்மா நித்யாவின் படுக்கை அறை. இருவரும் அருகருகே படுக்கையில் உட்கார்ந்திருக்க, படிப்பு விளக்கு, அலமாரியில் புத்தகங்கள் அருகே சேகர் ஒரு விளக்குமாற்றை வைத்துக் கொண்டு நின்று கொண்டே பெருக்கிக் கொண்டிருக்கிறது.)

சேகர்: வேறு ஏதாவது வேலை உண்டா நித்யா?

நித்யா: சேகர் அந்தப் புஸ்தகத்தை எடுத்துக் கொடுத்துட்டுப் போயேன். கண்ணோல்லியோ?

(சேகர் அலமாரியில் உள்ள அத்தனைப் புத்தகங்களையும் எடுத்துக் கொண்டு வந்து போடுகிறது. ஒரு கையில் விளக்குமாறு ஆத்மாவின் முகத்தில் உறுத்த நித்யா ஆத்மாவைப் பார்க்க)

ஆத்மா: எத்தனை தடவ சொல்லியிருக்கேன். அதுங்கிட்டே ஆணை தர்றப்ப அக்யுரேட்டா சந்தேகத்

துக்கு இடம் இல்லாம கொடுண்ணு. சேகர். அந்தக் குங்குமத்தை எடு!

சேகர்: குங்குமச் சிமிழை எடுத்துக் கொண்டு வருகிறது.

(நித்யா சிரிப்பை ஆத்மாவைப் பார்த்ததும் அடக்கிக் கொள்கிறாள்.)

ஆத்மா: ட்ரை டு அண்டர்ஸ்டாண்ட் சேகர். குங்குமம் என்கிற புத்தகம்.

(சேகர் எடுத்துத் தர) பாத்தியா...?

நித்யா: 'இதயம்' கேக்கறப்ப ஜாக்கிரதையா இருக்கணும். சேகர் நீ போப்பா. அலமாரிக்குப் போ.

ஆத்மா: அங்கங்கே ஒண்ணு ரெண்டு பழுதுபாக்கியிருந்தாலும் எத்தனை உபயோகம் பாத்தியா?

நித்யா: இந்தாங்க. இதுவரைக்கும் சேகர் உடைச்ச லிஸ்ட்டு!

ஆத்மா: *(அதைப் பார்த்து)* எல்லாம் நம்மளுடைய இம்ப்ரஸிஷன்னாலதான் வந்தது. சேகரை எப்படி குறை சொல்ல முடியும்?

நித்யா: என்னவோ மாசம் இருவது ரூபா கொடுத்து ஒரு வேலைக்காரக் குட்டி எத்தனையோ மேல்னு தோணறது. எதையும் உடைச்சாலும் சம்பளத்தில் கழிச்சுக்கலாம்.

ஆத்மா: சேகரைப் பத்தி உனக்குத் தெரியாது. இதப் பாரு. சேகர் அலமாரியைத் திறந்துண்டு வா. *(சேகர் வருகிறது)* அந்தத் திருக்குறள் புத்தகத்தை எடு.

(அதைக் கொண்டுவர)

ஆத்மா: நித்யா இதைப் பாரு. சேகர் இந்தப் புத்தகத்தைப் படி.

சேகர்: *(அதை ஒருமுறை ஒரு முறை விர்ர்ர்ர் பிரித்துப் பார்த்துவிட்டு)* படிச்சாச்சா?

நித்யா: படிச்சாச்சா?

ஆத்மா: ஒரு நிமிஷத்தில அத்தனையும் படிச்சாச்சு, எப்படி?

நித்யா: பொய்

ஆத்மா: சேகர் 231ம் பக்கத்தில என்ன முதல் குறள்?

சேகர்: பாலோடு தேன் கலந்தற்றே பணிமொழி வாலெயிறூறிய நீர்.

பணிவோடு பேசுகின்ற இவளது வெண்மை யான பற்களிடையே ஊறிவந்து நீரானது பாலோடு தேனும் கலந்தாற்போல சுவையுடைய தாகும்!

உடம்பொடு உயிரிடை என்ன...

ஆத்மா: போதும் சேகர்! அலமாரிக்குப் போ.

(சேகர் போக) எப்படி, இன்னும் ரெண்டு நாள்ல பாரு. இந்த மிஷின் குரலையும் மாத்தி அவாவா பேசற மாதிரியே ப்ரொக்ராம் பண்ணிருவேன்.

நித்யா: எனக்குப் பேச்சு வேண்டாம். திருக்குறள் வேண் டாமே! பாத்திரத்தை உடைக்காம தேச்சா போதுமே!

ஆத்மா: வெய்ட் வெய்ட்... இப்ப அந்தக் குறள் சரிதானான்னு டெஸ்ட் பண்ணிப் பார்க்கலாமா?

நித்யா: போங்க! சேகர் பாத்துண்டு இருக்கான்.

(சேகர் ஒரே திசையில் பார்த்துக் கொண்டு சிலை போல நிற்க)

ஆத்மா: சேகர் கண்ணை மூடிக்கோ. *(விளக்கு அணைக்கப் படுகிறது)* இருட்டில் கூட கண்ணு தெரியும் அதுக்கு! இன்ஃப்ரா ரெட்!

(மறுதினம் காலை சேகரும் நித்யாவும் டைனிங் டேபிள் அருகில் உட்கார்ந்திருக்க சேகர் 'ஆரிஜின்ஸ்' என்கிற புத்தகத்தை விர்ர்ர் என்று

படித்துக் கொண்டிருக்க, ஆத்மா ஆபீஸ் உடையில் டை கட்டிக் கொண்டு 'பை நித்யா' 'பை சேகர்' என்று விடைபெற்று அவன் போனதும் சதிக் குரலுடன் 'சேகர்' என்கிறாள் நித்யா.)

சேகர்: என்ன ஆணை?

நித்யா: நீ பொய் சொல்ல மாட்டேதானே?

சேகர்: கேள்வி அனாவசியம்.

நித்யா: மல்லிகா யாரு? மல்லிகாவைப் பற்றி ஆத்மா உங்ககிட்ட என்ன சொன்னார்? உனக்குத்தான் எல்லாமே ஞாபகம் இருக்குமே.

சேகர்: மல்லிகா மல்லிகா...

நித்யா: அவகிட்ட என்ன என்ன பேசினார் ஆத்மா?

சேகர்: முழு உரையாடலும் வேண்டுமா?

நித்யா: (ஆவலுடன்) ஆம். ஆம்!

சேகர்: (யோசிக்கிறது) அந்தத் தகவல் என்னிடம் உள்ளது. அவர்கள் குரலிலேயே சொல்ல வேண்டுமா?

நித்யா: (ஆர்வத்துடன்) சொல்லு, சொல்லு.

(குரலை மாற்றிக் கொண்டு இரண்டு பேர் குரலிலும் பேசுகிறது.)

ஆத்மா: மல்லிகா. நான் அவசரப்பட்டுட்டேன். உன்னை மாதிரி விஷயம் தெரிஞ்ச பெண்ணைக் கல்யாணம் செய்துண்டிருந்தா நம் லைஃப் எப்படி இருந்திருக்கும் பாரு...

மல்லிகா: அப்படிச் சொல்லாதீங்க ஆத்மா. நித்யா இஸ் ஸ்வீட்!

ஆத்மா: அவளுக்குக் கம்ப்யூட்டருக்கும் கண்டக்டருக்கும் வித்தியாசம் தெரியாது. என்னுடைய ஜீனியஸ்ஸ புரிஞ்சுக்க ஆள் இல்லாம தவிக்கிறேன் மல்லிகா. லெட்ஸ் பி ஃப்ரெண்ட்ஸ்.

மல்லிகா: சரி ப்ரெண்ட்ஸ் மட்டும். இந்த மாதிரி கையெல்லாம் தொடக்கூடாது!

ஆத்மா: கைதானே மல்லிகா.

(இந்த சம்பாஷணை முழுவதும் சேகர் ஆத்மா, மல்லிகாவின் குரலிலேயே பேசிக் காட்டுகிறது.)

நித்யா: அப்படியா சேதி! இன்னைக்கு வரட்டும். ரெண்டுல ஒண்ணு தீர்த்து வெக்கலாம். அவங்க ரெண்டு பேரும் அடிக்கடி சந்திப்பாங்களா?

சேகர்: இதுவரை நாற்பத்து எட்டு முறை. (மற்றொரு புத்தகத்தை விர்ர் பண்ணுகிறது)

நித்யா: என்னப் பத்தி வேற என்ன சொன்னார் ஆத்மா?

சேகர்: பல்வேறு சந்தர்ப்பங்களில் பல்வேறு வார்த்தைகள்.

நித்யா: அப்படியா சேதி! சேகர் நான் இப்ப வெளியே போறேன். ஆத்மா வந்து எங்க போயிருக்கான்னு கேட்டா. பாய் ஃப்ரெண்டைப் பார்க்கப் போயிருக்கான்னு சொல்லு.

சேகர்: சரி.

நித்யா: கதவை சார்த்திக்கோ என்ன மல்லிகாவை நெல்லிக்கா பண்ணிட்டுத்தான் மறு காரியம்!

(அவள் செல்ல, சேகர் ஒரு மாத நாவலை எடுத்துக் கொண்டு ஒருமுறை புரட்டி விட்டு, 'சே, குப்பை!' என்கிறது.)

காட்சி மாறுகிறது

(மாதவராவ் பதுங்கி வந்து அழைப்பு மணியை அடிக்க, சேகர் திறக்கிறது.)

மாதவராவ்: சேகர், நீ தனியாத்தானே இருக்கே?

சேகர்: ஆம்.

மாதவராவ்: ஓ!

	(உள்ளே வந்து சுற்றிலும் பார்த்து) வீட்டில் வேறு யாரும் இல்லையா?
சேகர்:	அனாவசியமான உபரியான கேள்வி.
மாதவராவ்:	சேகர் கொஞ்சம் தண்ணி கொண்டு வா.

(சேகர் உள்ளே போய் ஒரு விரலில் ஒரு சொட்டுத் தண்ணீர் கொண்டு வர, அதை அவர் கையில் சொட்டுகிறது.)

மாதவராவ்:	என்ன விளையாடறியா?
சேகர்:	கொஞ்சம் என்றால் எனக்கு ஒரு சொட்டுதான். வேறு ஆணை உண்டா?
மாதவராவ்:	(அதைச் சந்தேகமாகப் பார்த்து) ஆமா எனக்கு ஒரு சந்தேகம். உனக்கு எந்த ஊரு?
சேகர்:	ஊர் இல்லை.
மாதவராவ்:	உங்க அப்பா, அம்மா?
சேகர்:	அப்பா இல்லை; அம்மா இல்லை.
மாதவராவ்:	அடாடாடா ஒரு அனாதை பிள்ளையை இப்படி வேலை வாங்கறாங்க பாரு. எத்தனை சம்பளம் தரான்?
சேகர்:	சம்பளம் கிடையாது.
மாதவராவ்:	சாப்பாடு?
சேகர்:	சாப்பாடு கிடையாது.
மாதவராவ்:	பாவி! திஸ் இஸ் அட்ரோஷியஸ்
சேகர்:	வாட் இஸ் அட்ரோஷியஸ்?
மாதவராவ்:	ஒரு பால் வடியும் பாலகனை: அனாதை பாலகனை இப்படிச் சோறு தண்ணி இல்லாம, சம்பளம் கொடுக்காம, வீட்டிலேயே போட்டு அடைச்சு வெச்சுட்டு... என்ன ஒரு அக்கிரமம்!

கேப்பார் இல்லாம போச்சு இதை... நிச்சயம் எஸ் ஏ ஸிடிஸன் நான் போலீஸ்கிட்ட சொல்லத்தான் போறேன். சேகர் உள்ள ஏதாவது பிஸ்கட் கிஸ்கட் இருக்குமா?

சேகர்: கிஸ்கட்: புதிய வார்த்தை! அர்த்தம் என்ன?

மாதவராவ்: பிஸ்கட் டப்பா. சாக்லெட், பிஸ்கட் தெரியாது. கண்லயே காட்டிருக்க மாட்டானே டாக்டர்? அது என்ன ஆப்பிளா?

சேகர்: கேள்வி பதிலளிக்கப்பட்டு விட்டது.

மாதவராவ்: *(மேசை மேல் இருக்கும் ஆப்பிளை எடுத்து)* கத்தி இருக்கா?

சேகர்: இருக்கிறது.

மாதவராவ்: இருக்குன்னா ஏன் காத்துண்டு இருக்கே? கத்தியை எடுத்துண்டு வா வெட்டு!

(சேகர், சமையலறைக்குப் போய் ஒரு பெரிய கத்தியை எடுத்துக் கொண்டு வந்து நேராக மாதவராவை வெட்ட வருகிறது)

மாதவராவ்: *(பயந்து வாரிச் சுருட்டிக் கொண்டு)* என்னது! என்னை வெட்டறே? அய்யோ (எழுந்து பின்னால் செல்ல, சேகர் அவரைத் துரத்த, அவர் வேஷ்டி நழுவ அறையில் இங்குமங்கும் குதித்து ஓடு கிறார்) அய்யோ பட்னி போட்டு ஆளையே வெட்ற அளவுக்குக் கொண்டு வந்துட்டாங்களே பாவி!

ஆத்மா: *(தக்க சமயத்தில் நுழைய, நிலைமையைப் புரிந்து கொண்டு)* சேகர் ஸ்டாப் இட்!

சேகர்: கத்தியால் வெட்டச் சொன்னார்.

ஆத்மா: ஸ்டாப்! *(அதன் தலையில் தட்ட, நிற்கிறது)* கத்தியைக் கீழே போடு.

மாதவராவ்: *(வேஷ்டியைச் சேகரித்துக் கொண்டு)* போதும்பா உங்க வீட்டில வரவேற்பு! *(அறைவாசலுக்கு*

வந்து) திஸ் ஹஸ் பிக்கம் ஏ க்ரிமினல் கேஸ். ஐம் கோயிங் டு தி போலீஸ். திஸ் இஸ் நத்திங் ஷார்ட் ஆஃப் மர்டர்! *(போகிறார்.)*

ஆத்மா: *(சேகர் அருகில் வந்து மண்டியிட்டுக் கொண்டு உற்றுப் பார்த்து)* இத பாரு, இந்த மாதிரி ஆயுதங்கள்: கத்தி முதலான விஷயங்கள் எல்லாம் ஆயுதங்கள்: இதைப் பிரயோகிக்கிற துக்கு முன்னால எங்ககிட்ட அனுமதி வேணும். எங்க நித்யா?

சேகர்: *(நித்யா குரலில்)* பாய் ஃப்ரெண்டைப் பார்க்கப் போயிருக்கேன்னு சொல்லு! என்று சொல்லச் சொன்னார்கள்.

ஆத்மா: பாய் ஃப்ரெண்டா? என்ன இது?

நித்யா: *(உள்ளே நுழைகிறாள். தலை ஹேர்ஸ்டைல் மாறியிருக்கிறது. ஆத்மா வந்ததையே கவனிக் காமல்...)* சேகர் ஒரு கப் காப்பி கொண்டு வாம்மா, லெட்டர்ஸ் படிக்கக் கொடு.

(சேகர் செல்ல)

ஆத்மா: *(அவள் அலங்காரத்தைப் பார்த்து)* என்ன இது வேஷம்?

நித்யா: ப்யூட்டி பார்லருக்குப் போயிருந்தேன். பேஷியல் பண்ணிண்டேன்.

ஆத்மா: என்ன ஆச்சு உனக்கு? முன்னாலேயே நல்லா இருந்தியே!

நித்யா: இப்ப?

ஆத்மா: சொல்லட்டுமா? கோவிச்சுக்காதே! குதிரைக் குட்டி மாதிரி இருக்கே. உம் மூஞ்சிக்கு...

நித்யா: நீங்க மட்டும் என்னவாம்? சோடா பாட்டில் கண்ணாடியைப் போட்டுண்டு பகல்ல பசு மாடு தெரியாத உங்களைக் கல்யாணம்

பண்ணிண்டனே அதுவே மகத்தான தியாகம்! இந்த அழகுல ஆபீஸ்ல ஒரு சின்ன வீடு!

ஆத்மா: *(கோபத்துடன்)* வாட் நான்சென்ஸ்! இந்த மாதிரி வார்த்தையெல்லாம் உபயோகிக்காதே! என்ன உளர்றே!

நித்யா: சேகர் எல்லாத்தையும் சொல்லிட்டான்.

ஆத்மா: *(காப்பியுடன் வரும் சேகரைப் பார்த்து)* சேகர், என்ன இது?

சேகர்: காப்பி.

ஆத்மா: காப்பியைக் கேக்கலை. நித்யாகிட்ட என்னைப் பற்றி என்ன சொன்னே?

சேகர்: மல்லிகாவுக்கும் ஆத்மாவுக்கும் நடந்த சம்பாஷணை முழுவதும் கேட்க விருப்பப்பட்டாள், சொன்னேன்.

(சேகர் மறுபடி அதே குரல் மாற்றத்தில் ஆரம்பிக்க)

ஆத்மா: சேகர்! என்னப்பா நீ! அதையெல்லாம் போய்ச் சொல்லலாமா!

சேகர்: அதற்குத் தடை ஏதும் என்னுடைய ப்ரொக்ராமில் இல்லை.

ஆத்மா: *(தலையில் அடித்துக் கொண்டு)* ஏன்தான் இவனை சிருஷ்டி பண்ணேனோ!

நித்யா: இன்னும் எத்தனை மல்லிகா? யார் இந்த மல்லிகா?

சேகர்: அலுவலகத்தில் ஆத்மாவின் அஸிஸ்டண்ட்.

ஆத்மா: ஷட் அப்!

நித்யா: அஸிஸ்டண்டா ஆசை நாயகியா?

சேகர்: ஆசை நாயகி! புதுவார்த்தை.

ஆத்மா:	நித்யா (கெஞ்சலாக).
நித்யா :	பேசாதீங்க. உடம்பு பூரா பொய்! அவகிட்டே பேசினது முழுக்க ஒரு வார்த்தை விடாம கேட்டாச்சு. எனக்கு... கம்ப்யூட்டருக்கும், அது என்ன சொல்லு சேகர்...
சேகர்:	கம்ப்யூட்டருக்கும் கண்டக்டருக்கும் வித்தியாசம் தெரியாத மனைவியை வைத்துக் கொண்டு...

காட்சி மாறுகிறது

(போலீஸ் நிலையத்தில் இன்ஸ்பெக்டரின் மேசை எதிரில்)

மாதவராவ்:	சின்னப் பையன் ஸார். அறியா பாலகன் ஸார் சோறு போடறதில்லை, சம்பளம் கிடையாது. எல்லா வேலையையும் எப்படிச் செய்யறான் தெரியுமா! எப்படி வேலை வாங்கறாங்க தெரியுமா? அதனால அதுக்குப் பைத்தியம் பிடிக்கிற ஸ்டேஜ் வந்து ஒருமுறை என்னைக் கத்தியால் தாக்க வந்துடுத்து. அட்ரோஷியஸ்! நீங்க இதை உடனே வந்து கவனிக்கணும். இல்லைன்னா அந்தப் பையன் இன்னும் ஒரு வாரத்தில் செத்துப் போயிடும்!
இன்ஸ்பெக்டர்:	அப்படியா? கான்ஸ்டபிள், அந்த எஃப்.ஐ.ஆர். ரிஜிஸ்டரை எடுங்க!

காட்சி மாறுகிறது

ஆத்மா:	(கோபம் பெருக) இப்ப என்ன சொல்றே?
நித்யா:	நீங்க உங்க வழியில போனா, நான் என் வழியில போகப் போறேன். எனக்கு அவசரமா ஆயிரம் ரூபா வேணும். கோவா போகணும்!
ஆத்மா:	யாரோட?
நித்யா:	அதை ஏன் உங்கிட்ட சொல்லணும்?
ஆத்மா:	பாரு நித்யா, தப்பா தோணும்படியா அவுட் ஆஃப் காண்டெக்ஸ்ட்ல...

நித்யா:	சேகர் அந்த மல்லிகாவுடைய கண்ணைப் பற்றி என்ன சொன்னார்?
சேகர்:	நாவற் பழம் போல இருக்குன்னு...
ஆத்மா:	(மகா கோபத்துடன்) சேகர் போய் பால்கனியில நில்லு! திஸ் இஸ் அன் ஆர்டர். ஒரு அரை மணிக்கு உள்ளே வரக் கூடாது.
சேகர்:	சரி (கிளம்ப).
நித்யா:	சேகர், போகாதே!
ஆத்மா:	போ...
நித்யா:	போகாதே, நில்லு!
சேகர்:	(போவதும் நிற்பதுமாக போவதும் நிற்பதுமாக பால்கனியை அணுக, குழப்பத்தில் அதன் ப்ரொக்ராமில் ஒரு தவறு ஏற்பட்டு விடுகிறது.)
ஆத்மா:	நித்யா, ஆணவத்துல ரொம்ப குதிக்கறே...
நித்யா:	நீதான் ஆணவத்துல குதிக்கறே...

(நீதான் ஆணவத்தினால குதிக்கறே. குதி குதின்னு குதிக்கறே. நீதான் குதிக்கிறே, நீதான் குதிக்கிறே' என்று மாறிமாறி அவர்கள் சொல்ல, சேகர் அதை ஆணையாக எடுத்துக் கொண்டு பால்கனியிலிருந்து குதிக்கிறது!)

ஆத்மா:	(சந்தேகத்துடன்) சேகர்? சேகர்?
நித்யா:	சேகர்? என்ன ஆச்சு? (இருவரும் பால்கனியைப் பார்க்க) இங்க இல்லையே? (எட்டிப் பார்க்கிறார்கள். சேகர்ர் என்று இருவரும் அலற...)
ஆத்மா:	அடிப்பாவி! கெடுத்தியே கதையை.
நித்யா:	நீங்கதான் அதுக்கு தாறுமாறா...

(இருவரும் வேகமாகக் கீழே போகிறார்கள்.)

காட்சி மாறுகிறது

(ஒரு சிறிய கும்பலை விலக்கிக் கொண்டு சேகர் கிடக்கும் கோலத்தை நித்யாவும் ஆத்மாவும் பார்க்க, சேகர் மௌனமாக, சாந்தமாக கண்மூடி செயலிழந்து இருக்கிறது)

ஆத்மா: சேகர், மை பாய்! மை பாய்! (அழுகிறான்.)

நித்யா: சேகர், சேகர் என் கண்ணே! கண்ணைத் திற, பேசு, ப்ளீஸ் ப்ளீஸ்...

ஆத்மா: (அதன் பின்புறத்தைத் திறந்து பார்க்க, நித்யாவைப் பார்த்து) ம்ஹூம் (தன் கையிலிருந்து ஸ்க்ரூ டிரைவரை எடுத்துத் திருகிப் பார்க்கிறான்)

கூட்டத்தில்

ஒரு ஆசாமி: தபார்றா பொம்மை! நான் ஏதோ ஆளுதான்னு நெனைச்சேன்.

நித்யா: ப்ளீஸ் ஏதாவது பண்ணி உயிர் கொடுத்திடுங்களேன்.

(இதற்குள் மாதவராவ் ஒரு ஜீப்பில் போலீஸ் இன்ஸ்பெக்டருடன் வந்து கூட்டத்தைப் பிரித்து)

மாதவராவ்: அடப்பாவி! மாடியிலிருந்து வேற தள்ளியாச்சா? இன்ஸ்பெக்டர் பாருங்க ஸார், இந்தாளுதான். இதான் பையன்! டாக்டர் ஆத்மா. இந்தப் பையனைத்தான் துன்புறுத்திக் கொண்டிருக்காங்க. சோறு தண்ணி இல்லாம, சம்பளம் கொடுக்காம...

இன்ஸ்: எங்கே விலகுங்க பார்க்கலாம். (பார்க்கிறார்) இது யாருங்க பையன்! (நோட் புத்தகத்தை எடுக்க)

ஆத்மா: (சோகமாக நிமிர்ந்து அதன் பின்பக்கத்து சர்க்யூட் இணைப்புகளைக் காட்டி) வெறும் பொம்மை ஸார்! இட் இஸ் ஜஸ்ட் எ டால்! ஏ ரோபாட்! உயிரில்லாத, உணர்ச்சியில்லாத, சொல்றதையெல்லாம் வேதவாக்காட்டம் கேக்கற ரோபாட்!

இன்ஸ்பெக்டர்: *(மாதவராவை முறைத்து)* ஸார்! எங்கூட கொஞ்சம் வாங்க. எதுக்கு இப்படிப் பொய் கம்ப்ளெயிண்ட் கொடுக்கறீங்க!

காட்சி மாறுகிறது

(இன்னும் ஒரு வாரம் கழித்து ஆத்மாவும் நித்யாவும் மேசையருகில் வீற்றிருக்க)

ஆத்மா: நோ நித்யா! மறுபடியும் அதை உருவாக்க எனக்கு இஷ்டமில்லை.

நித்யா: ஏன், ஏன்?

ஆத்மா: வேண்டாம்!

நித்யா: மறந்து போயிட்டீங்களா?

ஆத்மா: எல்லாம் இங்க இருக்கே *(டிஸைன் புத்தகத்தைப் பிரித்துக் காட்டுகிறான்)* ஆனா மறுபடி ஒரு சேகர் வேண்டாம்!

நித்யா: எனக்கு வேணும். என்னால்தானே அது பாவம் பால்கனியிலிருந்து...

ஆத்மா: யாரும் காரணமில்லை நித்யா. இந்த மாதிரி புத்திசாலி ரோபாட் எல்லாம் நம்ம காலகட்டத்துக்குக் கொஞ்சம் சீக்கிரம். அவசரப்பட்டுட்டோம். சேகரை உருவாக்கிறதில ஒரே ஒரு தப்பு பண்ணிட்டேன் நித்யா. என்ன சொல்லு பார்க்கலாம்.

நித்யா: *(அவன் தோள் மேல் சாய்ந்து)* அதுக்குப் பொய் சொல்லக் கத்துத் தந்திருக்கணும் நீங்க!

ஆத்மா: *(புன்னகைத்து)* அதான் முடியலை! மிஷின்களைப் பொய் சொல்ல வைக்கறது ரொம்ப கஷ்டம்!
